चंद्रमाधवीचे प्रदेश / ग्रेस

D1652016

ग्रेस यांचे प्रकाशित साहित्य

काव्यसंग्रह
संध्याकाळच्या कविता (१९६७)
राजपुत्र आणि डार्लिंग (१९७४)
चंद्रमाधवीचे प्रदेश (१९७७)
सांध्यपर्वातील वैष्णवी (१९९५)
सांजभयाच्या साजणी (२००६)
बाई! जोगियापुरुष (२०१३)

ललित लेखन
चर्चबेल (१९७४)
मितवा (१९८७)
संध्यामग्न पुरुषाची लक्षणे (२०००)
मृगजळाचे बांधकाम (२००३)
वाऱ्याने हलते रान (२००८)
कावळे उडाले स्वामी (२०१०)
ओल्या वेळूची बासरी (२०१२)

चंद्रमाधवीचे प्रदेश / ग्रेस

चंद्रमाधवीचे प्रदेश / प्रकाशक - अस्मिता मोहिते, पॉप्युलर प्रकाशन प्रा. लि., ३०१, महालक्ष्मी चेंबर्स, २२ भुलाभाई देसाई रोड, मुंबई ४०० ०२६ / मुद्रक - रेप्रो इंडिया लि., लोअर परेल, मुंबई ४०००१३ / © १९७७, राघव ग्रेस, म - ३८७, ISBN : 978-81-7185-975-7 पहिली आवृत्ती : १९७७/१८९९, दुसरी आवृत्ती : १९९१/१९१३, पुनर्मुद्रण : २०००/१९२१, चौथी आवृत्ती : २०१९/१९४१, पुनर्मुद्रण : २०२३/१९४५ मुखपृष्ठ, आतील चित्रे व मांडणी : सुभाष अवचट / CHANDRAMADHAVICHE PRADESH (Marathi : Poetry) Grace

पॉप्युलर
प्रकाशन
मुंबई

सुभाषने चित्रे काढलीच आहेत
राम पटवर्धन व सौ. मृदुला जोशी
यांचे जिव्हाळ्याचे साहाय्य
रामदासने हे प्रदेश जोपासले आणि
जर या निर्मितीला काही मूल्य असेल
तर त्याचे श्रेय रामदासचेच

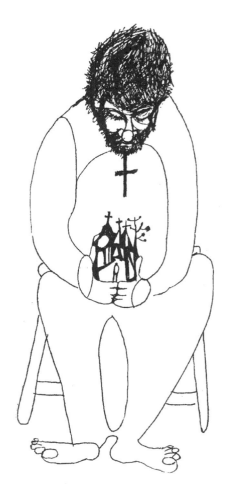

अनुक्रमणिका

१. मातृवनातील सावल्या / **३** पाऊस / ४ रक्तगंधाचे दिवे / ५ फुलांचे दिवे / ६ पळस / ७ मरण / ७ उजेडाची घडी / ८ वादळ / ९ आठवणी / ९ कवच-कुंडले / १० रंग / १० राखण / ११ राधा पार्थसारथी / १२ वेळ / १३ अश्रू / १४ रूप / १४ मोहर / १५ प्रतीक्षा / १६ शोकगीत / १७ डोंगर / १८ कढ / १९ घर / १९ माई / २० संध्यामाई / २१ प्रपंच / २२ भूपाळी / २२ मीठ / २३ नर्तकी / २४ घोडे / २५ भातुकली / २६ बाहुली / २६ सनई / २७ पाऊसगाणे / २८ उखाणे / २९ जाऊबाई / ३० चंद्र / ३१ गंगास्तोत्र / ३२ तळपाय / ३३ नीज / ३४ फुंकर / ३५ आईचे गाणे / ३६ आई-१ / ३७ आई-२ / ३८ आता / ३९ आई-३ / ३९ चंद्रमाधवीचे प्रदेश / ४० चंद्रमाधवीच्या तीन कविता : १ / ४१ सूर्यास्ताचे पाणी / ४२ हिवाळ्याच्या दिवसांत / ४३-४४ हॉस्पिटल / ४५ सत्य / ४६-४७ घर / ४८ गावातल्या आठवणी / ४९-५० काळा घोडेस्वार / ५१-५२ लपंडाव / ५४ झोका / ५५ बहर / ५६ बाग / ५७ उडी / ५८ पिंजरा / ५९ गर्व / ६० चंद्रमोजणी / ६१-६२ पक्षी / ६३ मुद्रा / ६४ लाज / ६५ ऊद / ६६ दुरावा / ६७ दुसरा घोडा / ६८ दूध / ६९ केशर / ७०

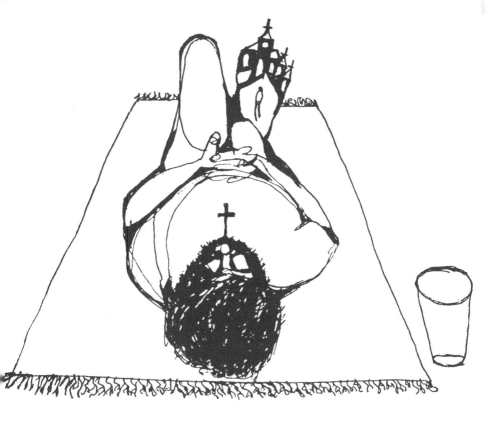

पारवा / ७१ वनमेघ / ७२ फुलांचा गुच्छ / ७३-७४ काळोख / ७५-७६ पावसाच्या सरी / ७७-७८ उखाणे / ७९ **२. चंद्रमाधवीच्या प्रदेशांत** / ८३ निमित्त / ८४ संध्याकाळ / ८५ ऊन / ८६ पाषाणाचे घोडे / ८७ गौळण / ८७ बहर / ८८ या ओंजळीत थोडा / ८९ चाफा / ८९ फुले / ९० वल्कले / ९१ कहाणी / ९२ उखाणा / ९३ शरीर माझे तुडुंब / ९४ काही धारा माझ्या पोरी / ९५ तू नाचत जाशी पोरी / ९६ नभ / ९७ निळाई / ९८ उदयास्त / ९९ अस्त / १०० ऊनकावळा / १०१ हिमसंध्या / १०२ दान / १०३ भीती / १०४ किमया / १०५ पाणी : १ / १०६ पाणी : २ / १०७-१०८ वर्षा / १०९ आकाश / ११० रान / १११ ऊन : २ / ११२ टेकड्या / ११३ निष्पर्ण तरूंची राई / ११४ रक्त / ११५ प्राक्तनगंधी ललाट / ११६ कै. ज्ञानेश्वर विठ्ठल कुलकर्णी / ११७ बर्फाचे गाणे / ११८ चंद्रमाधवीच्या तीन कविता : २ / ११९ **३. सूर्यास्ताचे पाणी** / १२३ गाणे / १२३ थेंब / १२४ त्रिवेणी / १२५ तीन अभंग १२६ रामधून / १२७ प्रार्थना / १२७ मर्म / १२८ वाटेपाशी / १२८ एक / १२९ वाटा / १२९ मरलीन मन्रो / १३० इनोसन्ट एलीस / १३१

दौलतराव गोळे / १३२ आरती प्रभु / १३३ रेस्टॉरंट रेक्वीयम नावाचे / १३४ लेकसिटीतील हॉस्पिटल / १३५ वैराण वसतिगृहाचे शोकगीत / १३६ दोन / १३७ यात्रा / १३८ कौलांची घरे १३९ / चित्र / १३९ चित्रबंदिनी / १४० पक्षी / १४१ झाडे / १४२ शोक / १४३ आकृती / १४४ हळदफेड / १४४ दुःख / १४५ संध्याकाळी / १४६ उदासिनी / १४७ युवराजाची कविता / १४८ चंद्र / १४९ समुद्र / १४९ चुडे / १५० गणगोत / १५१ मंदिरे सुनी सुनी / १५२ वारा / १५३ सखी / १५४ सतीच्या शब्दांनो / १५५ प्रीस्ट / १५६ रस्ते / १५७ द्रौपदी / १५८ खेळ / १५९ घात / १६० संत / १६१-१६२ सूर्य / १६३ सावली / १६४ मांजर / १६५ डहाळी / १६६ भय / १६७ वंश / १६८ द्वारका / १६९ भिंती / १७० हृदय भरुनि आले / १७० पाऊस / १७१ जळवंती / १७२ निरोप / १७३ छाया / १७४ दिशा / १७४ विनाश / १७५ कावळे / १७५ कावळा / १७६ कावळे उडाले स्वामी / १७७ डोंगरदेऊळ / १७८ ऊन / १७९ दुसरा पाऊस / १८० प्रीत / १८१ शब्द / १८२ देवचाफा / १८३ घोडा / १८४ दुःख / १८५ मोर / १८६ सूर्यास्ताचे पाणी / १८७ फुलपाखरे / १८८-१८९ चंद्रमाधवीच्या तीन कविता : ३ / १९० **४. धर्मांतराच्या प्रार्थना / १९५-२००**

*. . . When you have finished
with others, that is my time*

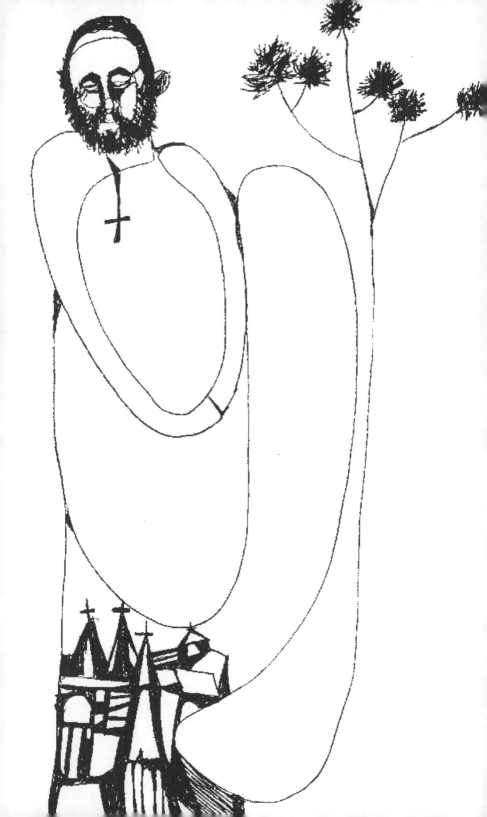

आत्मनिवेदन

एका मुसळधार पावसाच्या रात्री परमुलुखात
Red River Valley Song ची
हिंस्त्रकरुण टेप
ऐकली चर्चमध्ये
तेव्हापासून मेंदूची एकेक पाकळी
गळतेच आहे
आठवणी तरी कशा
कुठल्याशा संध्याकाळी एखाद्या जीर्ण
मशिदीत कुराणाची शेवटची
प्रत उजळत असावी तशा
नाही तरी कसे
दु:खाची भर्जरी तिरीप डोळ्यांवर चालून
आली की मीही एखादा
उखाणा घालतो
वेदनेचे सुलभीकरण करण्यासाठी
तिचा अपभ्रंश करीत नाही
मी द्वैती
तपशिलाला महासिध्दान्ताचे रूप देण्याची
ताकद माझ्याजवळ नाही
मोडलेल्या प्रार्थनांची
वीण उसविणारा
एखादा फकीर
मला सापडेल

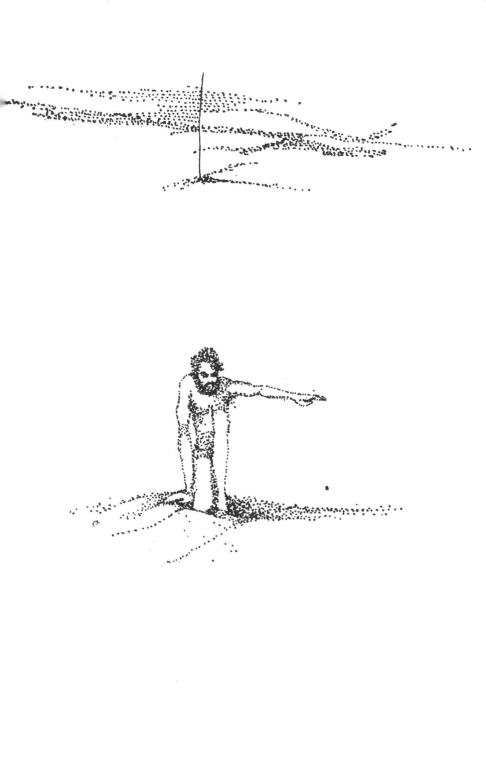

१. मातृवनातील सावल्या

शब्दांनी हरवुनि जावे
क्षितिजांची मिटता ओळ
मी सांजफुलांची वेळ

वृक्षांच्या कलत्या छाया
पाण्यावर चंद्रखुणांची
मी निळीसावळी वेल

गात्रांचे शिल्प निराळे
स्पर्शाचा तुटला गजरा
मी गतजन्मीची भूल

तू बावरलेला वारा
पायांत धुळीचे लोळ
मी भातुकलीचा खेळ

चंद्रमाधवीचे प्रदेश ३

पाऊस

पाऊस.
देवळाजवळचा;
पाराजवळचा
पाऊस.
देवळापलीकडचा,
पारापलीकडचा
पाऊस.
सर्व.

_____
_____
_____

पाऊस.
रस्तोरस्ती.
रस्त्याच्या पलीकडचा
पाऊस.
रस्त्यांत
सर्व काळोखात.
वस्त्यांत_____
_____
_____
_____

आयुष्यांत.
गल्लीबोळांत.
जुनेरांत.
आठवणींच्या
पाताळात
समईत_____
_____
_____
_____

पाऊस.
डोळ्यांत.
सर्व.

रक्तगंधाचे दिवे

सांज ढळता स्पंदनापरि झाकली तू लोचने
सूर्यज्योतींची विरागी थांबली आंदोलने
आंधळ्या पाण्यात गळती शुभ्र पक्ष्यांचे थवे
लावितो मी रक्तगंधाचे दिवे...

रंग माझे वाहुनी ने गंधविरही शांत वारा
चंद्रव्याकुळ सावल्यांचा या इथे पडला ढिगारा
कोणत्या बंदी युगांनी आज केली आर्जवे?
लावितो मी रक्तगंधाचे दिवे...

गात्र मळले वादळातिल धूळ काळी माखुनी
प्राण क्षितिजाच्या दिशेने चालले मंदावुनी
पाय शिल्पातून उठती की धुक्यातुन आसवे?
लावितो मी रक्तगंधाचे दिवे...

धावती घोडे उताविळ वाकली झाडे पुढे
कैफ वेचावा कशाने नाद ये हृदयाकडे
आज माझ्या प्राक्तनातुनि सांडताती काजवे?
लावितो मी रक्तगंधाचे दिवे...

फुलांचे दिवे

कधी वृक्ष ढळती कधी वृक्ष गळती
नदीच्या तिराला जडे खिन्नता
तुझा नेत्रप्रारंभ भंगून प्यावा
जशी मृत्युला ये निळी मंदता...

कुठे वाहणारे स्तनांतून पाणी
कुठे रक्तशिल्पांतली आसवे
दिले अंग स्पर्शातल्या चांदण्यांनी
तुझ्या अंबराला फुलांचे दिवे...

कधी शोक येतो धुक्यातून भिजला
अशी जन्मजन्मांतरीची कथा
कुशीला तुझ्या चंद्र भारून अर्धा
निजावी युगांची जशी स्तब्धता!

मला हात नाही जशा बाभळींना
नसाव्या फुलांच्या कधी ओंजळी
दिठीच्या तळातील कारुण्य माझे
जळे देह त्याची गळे सावली!

पळस

त्याला ठेवून एकटा
अशी उठले घाईने
शेजी वाळल्या देहाचे
त्याच्या मनात चांदणे

घर राखील तयाचे
ओवीमागचा केवडा
मग नागवी मी झाले
प्राणरतिचिया चाडा

दार वाजेल म्हणून
त्याला टाळले शब्दांत
नेत्री आणले तेवढे
गेले वाटेत सांडत

लालभडक सूर्याचा
माझ्यासमोर पळस
जसे पहाटेचे पाणी
न्हाऊ घालते कळस

मरण

अलभ्य फुलला सखे घनवसंत हा मोगरा
विनम्र लपवू कुठे हृदयस्पंदनाचा झरा?
उन्हात मन शिंपिले पळसपेटला पारवा
कुडीत चळतो जसा मरणचंदनाचा दिवा!
कुशीत जड अस्थिला नितळ पालवीची स्पृहा
भयाण मज वाटतो रुधिरअस्त गांधार हा
उदास भयस्वप्न की समिर येथला कोवळा
गळ्यात मग माझिया सहज घातला तू गळा!
सुगंध दडवू कुठे गगन वैरिणीचे वरी
तुडुंब भरले तुवा कलश अमृताचे घरी
जळात जरि नागवी सलग इंद्रियांची दिठी
विभक्त जणु कुंतिला शरण कर्ण ये शेवटी...

उजेडाची घडी

ओले रांगोळीचे टिंब
टिंब काळजाएवढे
जसा भरल्या कुशीचा
पाय चढावाने अडे.

दंग खेळतात पोरी
रान मावळते दूर
मोड येईल देहाला
तुझ्या दुःखाभारोभार.

फुली निनादून आले
तुझ्या मोगरीचे गाणे
एका चिरगुटासाठी
वारा घाली ना उखाणे.

मुठी भरून वाळूच्या
उभी राहा अंगणांत
पहिल्या हाकेत टाकाया
त्याच्या भिक्षेला झोळीत.

देठोदेठी झाड गावे
तसे काचोळीचे बंध
एक धागा उसवता
विश्व हालते सबंध.

गावाकाठच्या डोहाला
कधी घालू नये कडी
सांजपारव्यासारखे
अंग उजेडाची घडी...

चंद्रमाधवीचे प्रदेश

वादळ

अधू झाले माझे डोळे
आणि अधू झाली नाती
जीर्ण वडाच्या पारात
जशा गळतात वाती.

आज घरेच गळती
तिथे हाकांचे विनाश
वारा पिऊन पायाला
झोंबे विराट आकाश.

रात्र चढत्या वेगाची
नको होऊस आंधळी
तुझ्या विदग्ध दु:खाला
आण थोडेसे जवळी.

सांग बकुळीची कथा
अश्रु भारून जरासा
डोळे विझण्याच्या आधी
मला पाहू दे आरसा.

आठवणी

दीर्घ आजारासारखे
सारे आयुष्य चालले
कोणी भेटाया न आले
नाही निरोपाची फुले.

मोर आषाढाच्या काठी
कथा ऐकायास आला
त्याचा सारंग पिसारा
वारा घेऊन पळाला.

चंद्र लिंबोणीच्या मागे
असा गुंतला साजणी
चिरेबंदी वाड्यामध्ये
शिरे किरणाचे पाणी...

पृथ्वी सारून वेडाने
आज आठवणी येती
तुझ्या सावळ्या हातांत
जशी तुळशीची माती!

चंद्रमाधवीचे प्रदेश

कवच-कुंडले

दार वाजले घराचे
कोण उभे अंगणांत?
अर्ध्या रात्रीचा पाऊस
तुझ्या वाजतो मनात.

त्याच्या श्रावणधारांनी
हले घरातला दिवा;
तुझ्या पदरात निजे
आज प्रकाशाचा थवा!

अशी संचिताने चिंब
तुझ्या ललाटीची वेल;
एका अंगाईच्या पोटी
किती जन्मांची चाहूल.

गळा भरून काळोख
डोळा भरून चांदणे;
मुकी सोडवावी मिठी
कोण्या प्रलयदिठीने!

बाळगंगेच्या ओळींनी
तुझे घर पाणी झाले;
अशा धारेत वाहू दे
माझी कवच-कुंडले...

कोणी नाही अंगणांत
कोणी नाही आले गेले;
फक्त झाडांच्या रूपाने
इथे टाकितो मी फुले...

रंग

देउळे अशी ओळीने
पापणीत माझ्या यावी
गात्रांत उन्हाची शिंपण
सर्वत्र ओल पसरावी...

गारवा कुशीचा झडुनी
हृदयात पडावा शिरवा;
की संध्यासमयी मळतो
हा रंग जळाचा हिरवा?

राखण

जीव राखता राखता तुला हाताशी घेईन
झडझडीचा पाऊस डोळे भरून पाहीन.

तुझे सोडवीन केस त्यांचा बांधीन आंबाडा
देहझडल्या हातांनी वर ठेवीन केवडा.

तुझे मेघभोर नेसू तुला असे नेसवीन
अंग पडेल उघडे तिथे गवाक्ष बांधीन.

दूध पान्ह्यात वाहत्या तुझ्या बाळांच्या स्तनांना
दृष्ट काढल्या वेळेचा माग घालीन उखाणा.

तुझे रूप थकलेले उभे राहता दाराशी
तुझा पदर धरून मागे येईन उपाशी.

मुख्या बाहुलीचा खेळ देवघरात मांडीन
नथ डोळ्यांशी येताना नीरांजनात तेवीन.

तुझ्या चिमण्यांची जेव्हा घरी मळभ येईल
वळचणीचा पाऊस माझा सोयरा होईल...

भाळी शिशिराची फुले अंगी मोतियांचा जोग
तुझ्या पापण्यांच्या काठी मला पहाटेची जाग!

नाही दु:खाचा आडोसा नको सुखाची चाहूल
झाड वाढता वाढता त्याने होऊ नये फूल...

राधा पार्थसारथी

नागवी तुझी काचोळी
नागव्या स्तनांना राधे
हलतात कशाला माड?
तू सांग एवढे साधे...

केरळी चंदनी वारा
तू सांग एवढे साधे
मोगरी चांदणे टिचले
की तुझ्या बिल्वरी राधे...?

हा तृषित मोकळा सागर
अन् धुके रेशमी दाट
की असे प्रहर चढताना
तू गोंदुनि घेशी पाठ...?

देहावर दु:ख जरासे
मग फूल कशाला साधे
की तुझ्या नग्न अंगाला
तू स्वत: बिलगशी राधे...?

वेळ

दाट कारुण्याची वेळ
माझा अंधाराला टिळा
माझ्या पोटाशी येऊन
चंद्र निवांत निजला.

सारे किनारे पाण्यात
फुले मेण्यातुन जाती
बर्फवाऱ्यात निघाले
माझ्या दु:खाचे सांगाती...

कधी क्षितिजावरून
मीच पसराव्या हाका
आणि उलट्या हाकेने
माझा शब्द व्हावा मुका.

दूर समुद्राशेजारी
माझे पुळणीत घर
दोन बाहुल्यांच्या हाती
निळ्या लाटांचे झुंबर...

थेट ओसरीला येते
वेडे सागराचे पाणी
एका अंधारवेलीला
माझी लागतात गाणी...

अश्रू

दारावर हलकाहि
फूलमग्न नाद नको
या ढळत्या घनप्रहरी शब्दांतुन ये कोणी...

रंग उदा मेघांवर
हसत फुलत भिजलेला
वाऱ्यावर उडलेला पक्षि जसा ये सदनी!

आपुल्याच हातांना
आपुलाच स्पर्श मिळे
सहज तुला बघताना अश्रु जसा ये नयनी!

रूप

माझे जडावाचे रूप
पायी सागरपैंजणे;
दोन दुःखाच्या डोळ्यांनी
झाले आकाश ठेंगणे.

मला मिठीत झाकती
जुन्या सरणाचे मेघ;
जशी तुझ्या हातामध्ये
सूर्यचंद्रांची कांकणे...

मोहर

पाउस पडला मोहर झडला उचला ग कोणी
उधळुन द्या ग यौवन सगळे माझ्या मायाबहिणी
ढगांत लपले मनात हसले ऊन सोनियाचे
झरेल तोवर मळवुन टाका पाय चंदनाचे
गंध धराया भिंगरवारा सुटला या ना या ना
घरकुल बांधू पुन्हा कधितरी पाउस रडतो ताऱ्हा
जाइ मोगरा पळस राहु द्या नसे भरवसा बाई
झांजरता देऊळ शिवाचे हंबरतिल ना गाई
चोळिबांगडी दर्पणबिंदी जसे नदीचे पाणी
वाहुन जाइल आज मळाचा देठ तोडला कोणी
उमलत जाते शिखर धुक्यातुन तोवर वितळति चंद्र
मिठीत गळती तुमचे पाऱ्हे...माझ्या हृदयाआत

चला उठा ग जाऊ सगळे माती तुडवित गाऊ
गळते आहे तोवर आपण जीव पणाला लावू

प्रतीक्षा

परतुनि कधि येशी अंत नाही तमाला
तमभर घर माझे चंद्र नाही उशाला
तरुवीण घन जैसे काजवे शुष्क डोळी
पदर भिजुनि ओला संचिताच्या कपाळी

घडिभर स्वर देतो कोण माझ्या स्वराला?
घुमट गळुनि येतो देउळाच्या तळाला
सरसर फिरतो हा वृक्षशाखांत वैरी
पळपळ पणतीची ज्योत लागे जिव्हारी

कणभर उरलेले रूप माझे उरी घे
मधुतर जळवंती हात माझे करी घे
तनुभर जमलेली रात्र घेना मिठीला
क्षणभर जवळी ये झाकुनी दे दिठीला!

१६   चंद्रमाधवीचे प्रदेश

शोकगीत

तू आलीस तेव्हा
रात्र रेंगाळत होती, पाउलांचे संथपण
ओवाळीत, माहेराच्या परसातील
निशिगंधाच्या ओवीसारखी
सरकत होती गंधाची अक्षरे, केशरी काचेवर
कथेतून निसटणाऱ्या पापण्यांच्या
खुळ्या हट्टासारखी,
शून्यपणे उभा होतो पहात, प्रतारणेचा
पाजळता प्रकाश पत्त्यांच्या बंगल्यात!
बाहुल्यांच्या शोकात रडत असावा या
नगरीचा आत्मा...
—मर्म झालीस तू विलापिकेच्या विराणीतील
वेदनेचे; विराट दुःखाच्या आशयघन
पार्श्वभूमीवर...
—पण गहाण आहे माझ्या आयुष्यातील
सारे पुण्य केवळ पापाच्या अटीवर!

डोंगर

मज नीज अशी येते ग
तू माझ्या जवळी ये ना;
वैकुंठ तमाच्या डोळी
ओठांनी चुंबुनी घे ना.

हा मुलुख तुझ्या वतनाचा
जशि इथे सुखाला गळती;
आवाज फुटे ऐकाया
अपुलीच निथळती छाती.

तरि पहाड अपरंपार
त्याच्याही पुढती कोणी;
बुरुजावर धरुनी पिंपळ
पक्ष्यांना पाजे पाणी...

तो वाऱ्यावर फिरणारा
तुज नसेल त्याची चिंता;
या लहरी लहरी वरती
शिल्पांचे भास पसरता...

ही नीज असे की तुझिया
देहास झडीची धून;
देवांचे डोंगर पुढती
राखितो तयासी कोण?

चंद्रमाधवीचे प्रदेश

कढ

सुपाटोपलीच्या
तुझ्या संसारात
गार सावलीत
        राहीन मी!

मधे तुटताना
माझी प्राणतार
मला मांडीवर
        घेशील ना?

घर

ओल्या वाळूवर
तुझे घरकुल
मुक्या मनातील
ध्यासापरी

चांदण्याच्या देशी
तुझी भातुकली
मातीची बाहुली
पदरात

गमतीचा खेळ
जरासा चुकलो
तुझा रोष झालो
कुण्याकाळी

म्हणून बांधिले
उन्हात का घर?
तडफडे ऊर
आठवता

माई

भर संध्याकाळी माई आल्या अस्थी घेऊन
गंगेच्या पाण्याचा मृत्युकोमल सर्वस्वीपणा
त्यांनी अंथरला अंगणात
आणि डोळ्यांतील निळी प्रतिबिंबे टांगून
ठेवली चाफ्यावर...
अंगाचा निर्वाणी भार पूर्णपणे तोलून
माईंनी मातीच्या पालखीला
संधिप्रकाशात उभे केले...

माईंच्या हातांतील अस्थिकलश आणि
संधिप्रकाशात त्यांनी उभी केलेली पालखी
अजूनही आहे आमच्या घरात
फक्त आले नाही तेव्हापासून असे
सर्वशोकाचे अपरंपार, मनमोकळे फूल
चाफ्याला.

२०

चंद्रमाधवीचे प्रदेश

संध्यामाई

शब्दाने उठले पक्षी
अन् दूर पळाला वारा
पाण्याच्या हृदयतळाशी
मग येऊन बसल्या तारा.

नभ वृक्ष रान क्षितिजाला
कधि फुंकर मारून गेली
कळले न कुणाला काही
संध्येची चाहुल ओली.

गणगोत परतले तेव्हा
चिवचिवली अवघी घरटी
चांदणे तसे झिळमिळले
झाडांच्या वृद्ध ललाटी....

हा रोज सूर्य अस्ताला
जातो, न कळे मज काही
झोळीत कधीही माझ्या
अंधार उगवला नाही.

तू हसलिस तेव्हा माझ्या
हृदयात मिसळली जाई;
तू दूर तरीही घेते
मज कुशीत संध्यामाई!

प्रपंच

दीप पाजळले नेत्री
गात्री सजविली शेज
रंग वादळासारखे
आले भरून क्षितिज.

माझा आंधळा प्रपंच
झाडे श्रावणासारखी
अशा सांजवेळी आली
मला न्यावया पालखी...

पुसा बाहुलीचे डोळे
वेचा आभाळात मोती
कुण्या पायांच्या नादाने
दिशा कोसळून जाती!

करा अंगण मोकळे
त्यात विझू नये दिवा
एका झुळुकीने माझा
जन्म मातीत मिळावा!

भूपाळी

ती खिन्न भुपाळी
            फिकट धुक्याचा घाट
वर संथ निळाइत
            नारिंगाची वाट
ती कातर काळी
            तमगर्भाची नगरी
तेजात वितळली,
            स्तंभ उभे जरतारी
अन् सावट मंथर
            कृष्ण घनांची छाया
ओवीत मिसळली
            हंबरणारी माया
हा पिवळा शेला
            आज तुला अभिसारा
घे गंध फुलांचा
            जशी उन्हाची मधुरा

मीठ

उदास असते ही सायंवेळ
वृद्धेच्या अभंगासारखी खिन्न
कातरळेळेला मंगळसूत्रावर हात ठेवणाऱ्या
पुरंध्रीसारखी
पिंपळपाराला जात आहे कुणीतरी दिवा घेऊन
पदराआड; एव्हाना औदुंबरही निजला असेल
चिमण्यांचे गोकुळ घेऊन...

माझे पैठणच भिजले आहे खोल
मुक्ताईच्या अश्रूंसारखे...
बाळूला आईने मारले रामरक्षा म्हटली नाही
म्हणून; कृष्णाची गीताई घेऊन दादा बसले
आहेत ओसरीवर...

विसरल्या वाटेसारखी अचानक आलीस तू
"माई! तुमच्याकडे थोडे मीठ आहे का?"

चंद्रमाधवीचे प्रदेश   २३

नर्तकी

पुरातून येती तुझे पाय ओले
किती अंतराळे मधे मोकळी
महाद्वार जेथे तुझी लाज प्याया
उभ्या कुंपणाने तिथे बाभळी

जिथे पोचती ना कधी शब्द माझे
असे नृत्यगारातले चांदणे
दरीच्या तळाशी जसा सूर जावा
तसा देह घासून छंदावणे

विराटात भक्ती तमाचा दिलासा
गळे मृत्यु दुःखातुनी सारखा
तुझा नृत्यागांधार वेचावयाला
रडे मंद धारेत की पारवा...

दूरात माझी ढळे कृष्ण छाया
जसा कर्ण कुंतीत सामावला
तुझ्या तीक्ष्ण हातांत माझी अहंता
तिथे अंत प्रारंभ गे कोठला?

२४

चंद्रमाधवीचे प्रदेश

घोडे

धावती किती वेगाने
हे घोडे, माझे वैरी
आवाज धरून लपलेले
आकाश जसे अंधारी

अंधार मुका असतो का?
हे कधीच कळले नाही
घोड्यांच्या डोळ्यांमधुनी
रडणारे कोणी नाही...

तू सजुन धरावी हृदये
घोड्यांचे कौतुक करता
की जळे पिपासा अवघी
ही घागर भरता भरता?

वादळी अनावर राने
धावले जिथुन हे घोडे
तो प्रदेश टापांखाली
पसरून वितळली हाडे...

धावती किती वेगाने
देहाची रचना प्याया
रचनेच्या खोल तळाशी
यांच्याच उतरल्या छाया...

चंद्रमाधवीचे प्रदेश

भातुकली

खेळवेडे माझे
होते बालपण
पाण्याचे वरण
वाढायाची

माउलीचे नेसू
गुंडाळत होती
नाकाहून मोती
जड जसा

सावरला मोती
आज केली नथ
पंढरीला नाथ
त्यांच्यासाठी

आले मला न्हाण
उसवल्या वेशी
तरी विटाळशी
जगासाठी

बाहुली

गार वाऱ्याचा झोपाळा
निळ्या डोळ्यांची सावली
हट्ट अनोखा जपून
कशी झोपली कथुली

पण स्वप्नांच्या छंदाने
तिचे जागविले मन
देश हिंडाया लागली
उरी चांदणे शिंपून

पुढे तिच्याच ध्यासाला
आले आकाश आडवे
एका हातात बाहुली
एका हातात आसवे

अशी मुलखावेगळी
थट्टा जिवाला लागली
तेव्हापासून खुळीने
झोप सदाची टाकली

सनई

कोणी नाही कोणी नाही
नाहि कुणी बाई
काळोखातुन मला सारखे
कोण वळुन पाही?

तटतटलेले शब्द फुटावे
तसा मेऽघ वैरी
रानाला उजळून पळाली
वीज लख्ख गोरी

कापित काळिज मंद पसरली
स्पर्शलाजरी हवा
की वृक्षाच्या खांद्यावरती
निजे कुणी पारवा

मला नाद ये परका परका
कुठे नसे गे ओल
निज अंगाचे वर्तुळ झाले
आणि कंचुकी फूल...

थेंब थेंब अस्तावर उमले
दीपकळी प्याया
एकान्ताच्या भिंतीमागे
साजण आला न्याया...

गर्भवती मोगरी पाहते
काळोखाची घाई
ऐलथडीला वाहुन नेते
पैलथडी सनई...

पाऊसगाणे

पाउस आला पाउस आला
गारांचा वर्षाव
गुरे अडकली रानामध्ये
दयाघना तू धाव!

मेघांचे कोसळती पर्वत
दरी निनादे दूर
गाव चिमुकला वाहुन जाइल
असा कशाला पूर?

इवलाल्या पक्ष्यांच्या डोळी
वृक्ष थबकले सारे
आणि मुळाला त्यांच्या उपटे
वेडघेतले वारे

थांब जरासा हृदयी माझ्या
ढगांत लपल्या देवा
काठावरती जरा आणु दे
पुरात फसल्या नावा

या गावाच्या पारावरती
कुणी नसे रे वेडी
गढीत नाही भुजंग शापित
जो वंशाला तोडी

इथे कुणितरी रचले होते
झिमझिम पाउसगाणे
जाता येता टाकित होता
तो चिमण्यांना दाणे...

चंद्रमाधवीचे प्रदेश

उखाणे

ओळखीच्या वाऱ्या
तुझे घर कुठे सांग?
गरुडाच्या पंखामध्ये
डोंगरांची रांग

निळे निर्झरिणी
अगे सारणीचे राणी
खडकाच्या डोळ्यालाही
येते कसे पाणी?

जाईबाई सांगा
तुम्ही मनातले पाप
कळ्यांचीही फुले होती
कशी आपोआप?

दावणीस गाय
धूळ काळजाला आली
सूर्य फेकून नदीत
कुठे सांज गेली?

खांद्यावर बसे
त्याचे रंग किती ओले
पाखरांच्या सारखाच
वारियाने डोले

झाड मधे आले
होई वाट नागमोडी
उडे पोपटाचे रान
पिंजऱ्याला कडी

दगडाचा घोडा
त्याला अंधाराचे शिंग
शुभ्र हाडांनाही फुटे
कसे काळे अंग?

संध्याकाळी आई
देवघरात रडते
तिच्या पदराच्या मागे
केवड्याचे पाते

आम्ही भावंडेही
भय डोळी वागवितो
चांदण्यात आईसाठी
वारा दारी येतो

ओळखीच्या वाऱ्या
तुझे घर कुठे सांग?
ओळखीच्या वाऱ्या
तुझे घर कुठे सांग?

जाऊबाई

चिमणीच्या जाऊबाई
फांदीचे चांदणे
माय मेली तरी मला
येईना रडणे

जाऊबाई, जाऊबाई
चिमणीला आणा
आभाळाच्या चांदव्याला
मोरणीच्या माना

जाऊबाई गेल्या कुठे
फोडा ना कोठार
चिणीच्या मागे आले
रांडेचे शिवार

चिमणीच्या मागोमाग
चिमणाही आला
जाऊबाई अंधारात
भेटल्या कोणाला!

चिमणीच्या जाऊबाई
आवरा कारटे
शेणामेणाच्यासारखे
मोडले घरटे

चिमणीच्या चोचीमध्ये
तुमचीच चोच
जाऊबाई शेजेलाही
कसचा हो जाच?

चिमणीच्या जाऊबाई
ओठाला पुरते
एका एका दिशेसाठी
आभाळ अडते

चिम्णी दुष्ट
चिम्णी दुष्ट
जाऊबाई रडतात
काळोखात स्पष्ट

चिम्णी रुसली
चिम्णी रुसली
जाऊबाई जाता जाता
पदरात हसली

चिमणी
उडते
चिमणी
उडते
जाऊबाई जात्यामध्ये
पाचोळा
दळते...

चंद्रमाधवीचे प्रदेश

चंद्र

कंठात दिशांचे हार । निळा अभिसार ।
वेळुच्या रानी ।
झाडीत दडे । देऊळ गडे ।
येतसे जिथुन मुल्तानी ।।

लागली दरीला ओढ । कुणाची गाढ ।
पाखरे जाती ।
आभाळ चिंब । चोचीत बिंब ।
पाऊस जसा तुजभवती ।।

गाईंचे दुडुदुडु पाय । डोंगरी जाय ।
पुन्हा हा माळ ।
डोळ्यांत सांज । वक्षांत झांज ।
गुंफिते दिव्यांची माळ ।।

मातीस लागले वेड । अंगणी झाड ।
एक चाफ्याचे ।
वाऱ्यात भरे । पदरात शिरे ।
अंधारकृष्ण रंगाचे ।।

मेघांत अडकले रंग । कुणाचा संग ।
मिळविती पेशी? ।
चढशील वाट? । रक्तात घाट ।
पलिकडे चंद्र अविनाशी ।।

गंगास्तोत्र

गंगे गंगे
जान्हवी गे
माझे पाय ओढून घे
तुझ्या खोल
डोहामधली
एक भूल मला दे.
गंगे गंगे
जान्हवी गे
माझ्या कळ्या विखरून टाक
पाठीमागे
सूर्य गेला
तरी नाही माझी हाक.
गंगे गंगे
जान्हवी गे
काठावरचा वारा
हाडांनाही
पिळून घेता
नको डोळीं धारा.

गंगे गंगे
जान्हवी गे
पूर येता कसे?
पाण्यामध्ये
निजती का
पाण्यातले मासे?

गंगे गंगे
जान्हवी गे
पैलतिरीं काय
उतू गेल्या
दुधावरची
मला नको साय.

चंद्रमाधवीचे प्रदेश

तळपाय

गाई परतल्या बाई;
गाई परतुन आल्या
आता मुलांना बोलाव
रामरक्षा म्हणायला.

ढगाआडून अशी गे
नको पाहूस बकुळी
तुळशीच्या मागे ठेव
जरा कावळ्याची थाळी.

मागे संध्याकाळी जेव्हा
त्याची कावकाव झाली;
अर्धा पदर फाडून
त्याची काचोळी मी केली...

मला सांजेचा उरक
भय राहिले माहेरा;
चंदनाच्या झाडामागे
माझ्या पुरल्या मोहरा...

देवळाच्या गाभाऱ्यात
कोण हळूहळू शिरे?
मेंदी काढून ठेवू दे
माझे तळपाय गोरे...

नीज

ही नीज घेऊनी माझी
हा वारा जातो कोठे?
दगडांच्या भिंतीनाही
हे दुःख वाटते मोठे.

त्या स्वप्नसख्यांच्या साथी
भूमीत रोवती पाय
डोळ्यांच्या मागे मागे
हा पहाड खचतो काय?

अंधार मनाशी दाटुन
खांद्यावर चुकला ताळा
मी पुन्हा पुन्हा शोधावा
या कुशीत घुंगुरवाळा.

पारावर बसल्या गाई
की धनी हंबरे रानी
झाडांच्या उगमापाशी
नसतात फुलांची गाणी...

हे रंग राघवाचे मी
मिथिलेहुन घेऊन आलो
बुबुळांना ठेवुन तेथे
सूर्यास्त निनावी झालो.

असतील जीर्ण जरतारी
ती सगळी वस्त्रे आण
पक्ष्यांना नसती डोळे
झाडांना नसती कान.

या प्रदोषपूजेसाठी
तू संथ तरंगत जाशी
मी चंद्र खुडाया गेलो
शब्दांच्या खोल तळाशी

चंद्रमाधवीचे प्रदेश

फुंकर

घर थकलेले संन्यासी
हळुहळू भिंतही खचते
आईच्या डोळ्यांमधले
नक्षत्र मला आठवते...

ती नव्हती संध्या मधुरा
रखरखते ऊनच होते
ढग ओढून संध्येवाणी
आभाळ घसरले होते...

पक्ष्यांची घरटी होती
ते झाड तोडले कोणी?
एकेक ओंजळीमागे
असतेच झऱ्याचे पाणी!

मी भिऊन अंधाराला
अडगळीत लपुनी जाई
ये हलके हलके मागे
त्या दरीतली वनराई...

ते बाळवाटिचे रडणे
तळहात कावळे खुडती
आईच्या माहेराहुन
कुणि वेडी आली होती...

भीतीने बावरलेल्या
शब्दांच्या संध्याकाळी
मी विसरुन मोजत बसतो
कवितेच्या माझ्या ओळी!

त्या दचकुन हसल्या सखवा
ताऱ्यांची धूळ अनावर
आईने पणतीवरती
मग हळूच घातली फुंकर...

आईचे गाणे

हरिणी जळात बुडती जैसे उन्हात पाणी
स्वप्नात चालताना आई भिजे फुलांनी
गर्भात हात हलतो भरली दुपार पोटी
आई उभ्याउभ्याने रचते अभंग कोटी
वारा कधी सुखाने रानात पोचला ना
जाळून बीज पोटी आई दळेल पान्हा...

ते चंद्रगंध विटले चोळी दुधात भिजली
पाठीत वाकताना आई गळ्यात हसली
आभाळ सावल्यांचे झाले नदीत गोळा
आई घरी मुलांना वाटून दे उन्हाळा
देशी कुण्या विदेशी भुलली कळे न सांज
आई निजे दुपारी उलटी करून शेज...

गेले भरून कोणी निजल्या कथेत रंग
वाळूवरून आई उचलून घे तरंग
मेघापल्याड गेले गेले सुतारपक्षी
कंदील कापराचा आई धरून वक्षी
माझ्या कुळाप्रमाणे मृत्यू मला दुपारी
आईस दर्पणातुन बोलावतात घारी...

आई : १

ती गेली तेव्हा रिमझिम
पाऊस निनादत होता
मेघात मिसळली किरणे
हा सूर्य सोडवित होता

तशि सांजहि अमुच्या दारी
येऊन थबकली होती
शब्दांत अर्थ उगवावा
अर्थातुन शब्द वगळता

ती आई होती म्हणुनी
घनव्याकुळ मीही रडलो
त्यावेळी वारा सावध
पाचोळा उडवित होता

अंगणात गमले मजला
संपले बालपण माझे
खिडकीवर धुरकट तेव्हा
कंदील एकटा होता

हे रक्त वाढतानाही
मज आता गहिवर नाही;
वस्त्रात द्रौपदीच्याही
तो कृष्ण नागडा होता

चंद्रमाधवीचे प्रदेश

आई : २

मला वाहून नेणारे हे रस्ते
कसे निवांत बसले आहेत
जशी पावसात जळणारी निराकार सरणे.

इथे, बुबुळांच्या अंत:पुरात वितळतो आहे
ईश्वरी दु:खाचा गंधवाही अभिषेक
जशी संवेदनांवर तरंगत येणारी गॉगिनची
आंधळी चित्रे.

तूच उजळावेत, या तमागारातील निद्रित पक्ष्यांचे
जांभळे पंख, आपुल्या मायावी हातांनी,
रक्तसमर्पणासारखे.

विस्मृतीच्या स्वप्रांध वळणावर, एखाद्या प्राचीन
शिवालयातील प्रचंड अंधार कोरीत, तुझ्याच
पदरातून निनादत यावे, विदग्ध चंद्रांचे
अनंत स्तनांकित आकाश

चंद्रमाधवीचे प्रदेश

आता

आता लिहिताना काही
जरा वेगळे वाटते
माझ्या लेखणीची ओळ
तिळातिळाने तुटते
शब्द अनाथ दिसती
रेघ हळूच ओढावी—
टिंब ठेवूनहि अंती
गीत अपुरे वाटते...

आई : ३

आडवाच झोपलो असतो
मीही गर्भाशयात तर
येऊ दिले असते का
तुझ्या वाट्याला माऊलीचे भाग्यपण?

थांबलोच म्हणून सांगतो:
टाकून ठेव तोपर्यंत पथारी थडग्यावर
माझ्या हक्काची जागा आहे ती
पाहुणा असलो तरी स्वाभिमान आहे मला

तेव्हाच शिवून दिली असतीस
भगव्या क्षितिजाची झोळी
तर काय झाले असते?

चंद्रमाधवीचे प्रदेश

तू जाते आहेस चंद्रमाधवीच्या प्रदेशांतून
तुझी सारी निमित्ते आणि फुलांचे शेजार
या प्रदेशाच्या काठाशी असलेल्या माझ्या
घोड्याच्या समाधीपाशी अंतर्धान पावलेत

चंद्रमाधवीच्या प्रदेशांत झाडांची मग्नमहान
निर्मनुष्यता, अभेद्य एकेरी एकांतात वाढणारे
फुलांचे संघ, ऐकिवात असलेल्या पोरक्या
दंतकथेतून झरणारे चांदणे; जशी लागूच
नये, सजूच नये तुझ्या डोळ्यांना मोत्यांची
जाळीदार सरणे

चंद्रमाधवीच्या प्रदेशांतील निर्झरी वाटांनी
तुझी पैंजणे दुखावलीत तसे संथपणाने
तुझ्या अरण्यमधुर डोळ्यांतून राउळांचे
उत्पात कोसळलेत. राहिलेल्यांचे धुके
आभाळात मिसळून गेले

चंद्रमाधवीचे प्रदेश म्हणजे कस्तुरी मोगऱ्याचे
सुगंधी विनाश. अभिशापाने उजळणारी
तप्त कांचनाची संध्यामाया... तिथून उगवतात
माझी सर्व मूक सत्ये आणि चंदनाचे साग

चंद्रमाधवीच्या प्रदेशांत थांबलेली ही विराट
संध्याकाळ. तिचाच एक तुकडा आणि त्याच्या
पाताळात निजलेले हृदयभर दुःख. माझा
वाटा मी उचलला चंद्रमाधवीच्या प्रदेशांत

चंद्रमाधवीच्या तीन कविता : १

ऊन सागरी जळे नि सागरी उन्हे तुला
मूक ही धरा उभी अजाण दग्ध श्यामला
फार मोकळे वरी दिगंत सर्वदूरचे
वृक्ष काळजातल्या अनोळख्या दुपारचे
असंख्य पाखरे वरी निनादशून्य मी असा
स्वप्नमंदिरातला जसा विरक्त आरसा...
सूत्रधार आपुला इथेच एकटा फिरे नि
मृत्यु शोधितो जसा तुझ्या मनातले झरे...

सूर्यास्ताचे पाणी

संध्याकाळी माझ्याजवळी सर्व देउळे जमली
तरंग पसरुन रंग दिशेने क्षितिज उतरते खाली
अर्धविरागी वर्तुळ भरले चरित्र कंपित पाणी
घुंगुरभिजल्या वाटांवरती सरण रचावे कोणी?
संध्याकाळी दूर पहाडी एक धुक्याची नगरी
स्वप्नांवाचुनी अंधारावर जशी पावले गोरी...
शहर धुळीचे सांज धुळीची रात्र धुळीची किमया
धुळीत पडती अश्रु तिथे तू धरून दिसशी छाया
संध्याकाळी हाकेमध्ये मूक उभे रे कोणी
या हाडांच्या कुशीत व्हावे आज त्वचेचे पाणी...

हिवाळ्याच्या दिवसांत

बर्फाचे चर्च. घरावर बर्फ साचता
साचता तेच तसे होऊन
जाते?
मग मी स्वत:ला विनवू लागतो, समजावू
लागतो; करुणा भाकतो इंद्रियांची;
त्यांतून वाहणाऱ्या रक्ततत्त्वांची;
शेकोटीत सौंदर्य होऊन एखादाच निखारा
फुलत असतो.

हिवाळ्याच्या दिवसांत धुक्यामुळे अगोदरच
आठवत नसते काही; त्यात एकसारखी
झाडांवरून पाने गळत असतात
त्यांची गणतीच करता येत नाही.
सरावाने, थोड्याशा स्पर्शज्ञानाने फक्त कळत
असते— हा नर ही मादी!
असा मी, अलीकडे नाही; कित्येक वर्षांपूर्वीच
झालो आहे प्रार्थनावादी!

चंद्रमाधवीचे प्रदेश   ४३

मी दु:खीही तसा भरपूर.
एखाद्याला क्रूसावर टांगून, हातापायांत खिळे
ठोकून खरोखरच मारतात का हो?
का मारतात?
अपुऱ्या ज्ञानाने मला प्राप्त होतो मरणाचा संबोध.
थंडीने माझीही बोटे रक्ताळलेली असतात.
संभोगानंतर नीट विंचरून देतो मी केस.
आरशांतील बिंब लपविण्यासाठी भेगा पडलेल्या
ओठाने, गोठलेल्या जिभेने चाटतो तळपायास.

मग संध्याकाळी हातांत क्रूस घेऊन
बर्फ बाजूला सारत असतो,
बर्फाचे चर्च असते—घरावरच बर्फ साचून चर्च झालेले
असते! काळे गर्द कपडे घातलेल्या पाच बायकांचा
केविलवाणा पुंजका माझ्या रोखाने येत असतो;
इथून शहर जवळ असले तरी तिथेही
भूकंप झालेला असतो!

बर्फाचे अनेक परिणाम असतात; जसे झाडावरून फूल गळून
पडावे तसा एखादा पक्षी पटकन पडून मरतो.
आणि देहाला वस्त्र पुरत नाही हे असते हिवाळ्याचे
अखेरचे परिमाण.
भुईतून अखंड शिल्प तरंगत यावे तशी एखादी ओळ
निघू पाहते/एरवी हिवाळ्याच्या दिवसांत धुक्यामुळे
आठवतच नसते काही,

४४   चंद्रमाधवीचे प्रदेश

हॉस्पिटल

हॉस्पिटलची खिडकी उघडताच
अगदी जवळ येतो पहाड
हात थोडा लांबवला तर त्याला स्पर्श
करता येतो.
श्वास रोखून धरला तर झाडावरचे
पिकलेले फळही हाती
येऊ शकते.

संध्याकाळी ऑपरेशन असले की,
मेणबत्त्या जाळतात.
हा प्रकार मला फार आवडतो;
त्या जळून खाक झाल्या तरी
आपल्या मागे संगमरवराच्या छोट्या छोट्या
टेकड्या उभ्या करून ठेवतात.

कधी कधी नर्सच्या हातून मोठी काचेची
बाटली घसरून पडते.
त्या आवाजाने कोणाचेही प्राण कासावीस
होत नाहीत.
लखलखत्या मुक्त शैलीतील दिवे सोलून
काढावेत तसे ऑपरेशनचे शस्त्रागार वारंवार
उघडत असतात हे लोक.

मग मला वाटत राहते—सावकाश;
पहाडाला थोडेसे सरकवावे म्हणजे दरी
अधिक स्पष्ट होईल; आपल्या मागून आपोआपच
येतील असाध्य रुग्ण :
त्यांना सांगावे; तुम्हाला पियानोची अंतर्रचना ठाऊक
आहेच/गाडीची किंकाळी कानावर येण्यापूर्वीच इथले
प्रत्येक स्टेशन उखडून काढा / लगेच परत या.
पहाट होण्यापूर्वी आपआपल्या बेडवरच
निजलेले दिसा.

सत्य

ज्या बेटावर ऋतू नसतात त्या बेटावर
अस्ताअस्तावर उगवत असेल सूर्य?
फुलांच्या अंगावरून ऐन मध्यरात्री वारा
जातो असे बडबडणारी बाई तुमच्या
पायथ्याशी येऊन उभी राहिली तर?

कुठल्याही संध्याकाळी मला पाहा;
मी थकलेलाच दिसतो, सगळ्याच
कथांना निजेचे पंख नसतात.
पहाडांवरून बेसुमार रंग वाहत असतो
कोणी नसले तर धुळीचे लोटही येतात.

हातावरच्या रेषा कमळासारख्या जुळल्या
तर तुम्ही माझा हात चिखलात खुपसाल?
माझे प्रेम असे सैरभैर म्हणून तुम्ही
मला आयुष्यातून उठवाल?
लांब निघून गेलो मी एवढेच ना?
दळणाइतक्या ओव्या झाल्या तरी
मला शिव्या घाल?

घनदाट काळोखात केवढ्या संयमाने
दिवा ठेवायचा असतो! ती खुर्चीही
दिसत नाही जिच्यात मी तासन्तास बसतो.
सर्व दिशांना दया दाखवून ब्रुटस् माझी हत्या
करीत राहील तर मीही सीझर होणार नसतो.

एक तरंग उठला तरी सगळे अंग दुखवून
घेते ती. एक डंख फिटला तरी सगळे पंख
कापून येते ती. तिला काहीही वाटत नसते
माझ्या भारोभार दुष्कृत्यांचे. वेड्याचे हसणे
संपूच नये तसे मिठीवर चंद्र कोरीत असते ती.

यात काय करायचे असते आत्मसात?
माझ्या धैर्याचा पुरावा? फकिरांचा उरूस?
वसंताच्या पूर्वार्धातील पाऊस? हात सोडवून
घेतानाची बातमी? स्तनांवरचा तीळ? संन्याशाची आत्मपीडा?
जिथे तुम्हाला सत्य सापडेल तिथून मला निरोप धाडा.

घर

मी उभा अंगणी माझ्या
घर माझे हरखुन बघतो
कौलांतुन जीर्ण फुलांचा
अंगावर वारा येतो.

बापाच्या अस्थी पुरल्या
फरशीच्या खाली नाते
भिंतींना अभय दिल्याने
क्षितिजाचे अंतर मिटते.

ते भरताराचे स्पर्श
घर धुक्यात बुडुनी जाई
देहावर दुःख पसरते
संभोगसुखाने आई...

मज कळे न स्वप्न कशाने
सत्याहुन सुंदर दिसते
या सांध्यसमयि सर्वांची
मग घागर का पाझरते?

रानातिल शुभ्र झऱ्यावर
नक्षींचे मेघ उतरती
बर्फाळ खंड सरल्यावर
विधवांची लागे वस्ती...

ती वाट मागच्या दारी
ये थेट केवड्यापाशी
दाराला टेकुन तेव्हा
ही हसत दिसे अपुल्याशी...

शब्दांच्या अर्थांचीही
मज कधी न आली करुणा
ये डाळीसाठी तरिही
कुणी पंखमोडली मैना.

रंगीत खेळणी माझी
ही दे ना मज खेळाया
इवल्याशा बाळमुठीतून
घे काढुन अपुली काया...

फुटलेल्या काचांमधला
ती उशीत घेई तुकडा
अपरात्री बघता यावा
मावळता चंद्रहि थोडा...

माहेर तिचे धनवंत
घर आंदण आले होते
मी शकुन उडविले सगळे
रत्नाचे गिळुनी पाते...

गावातल्या आठवणी

गावात पोचलो तेव्हा
अंधार पसरला नव्हता
डोहात वाकला मेघ
प्रतिबिंब न्याहाळित होता.

डोंगरी उतरतो सूर्य
संध्याही तिथली बाई
परतून कधीहि न आल्या
वेळेवर माझ्या गाई.

ही याद राहिली आहे
किति जुनी पुराण मजला
झोळीत टाकता भिक्षा
अन्नाचा कण हादरला.

घाटावर गेलो होतो
मी जळते प्रेत बघाया
त्या दिवशी आईचीही
मी दूर लोटली माया...

मी तिला विचारित होतो
तो बालमित्र दिसला का?
हातांत निखारा देता
तो पुन्हा तसा हसला का?

या आठवणींच्या मागे
का गाव लागले फसवे?
पक्ष्यांची यादी करता
झाडांचा जीवहि चरके!

चंद्रमाधवीचे प्रदेश

एकटी उतरली होती
पात्रात नदीच्या खोल
ओटीत लपविला मासा
मग तिलाच पडली भूल.

चोळीच्या गाठीमध्ये
ती फूल जुईचे ठेवी
अन् फूल मला देताना
स्तन उजळुन गेली ओवी...

ती अशीच भटकत राहे
चांदणे जसे वेल्हाळ
पसरले तिच्या रोखाने
आभाळच रानोमाळ...

चोरून अमेच्या रात्री
देऊळात आई गेली
अन् बालपणावर माझ्या
चंद्राची राख पसरली...

गावात पोचलो जेव्हा
मज उशीर झाला नव्हता;
झाडाच्या खाली एक
संन्यासी निजला होता!

काळा घोडेस्वार

पाठीवर बाहुलीच्या
चांदणीचा शर
गोऱ्या मुलीसाठी आला
काळा घोडेस्वार.

प्राक्तनाच्या घळीमध्ये
पावसाचे पाणी
अंधारात घोड्यालाही
ओळखिले कोणी.

पुरुषाच्या पुढे आली
हिला चढे माज
चार बाया मिळुनिया
काढा हिची लाज.

रानझरा ओळखीचा
तहानेची बोली
कात टाकलेला साप
पाचोळ्याच्या खाली.

पिंपळाच्या पारावर
ब्रह्मचारी रडे
अंगठीत बसविले
मांत्रिकाने खडे.

जोडव्याच्या जोडालाही
डोह घाली धाक
कुंकवाच्या करंड्यात
बाभळीची राख.

पाठीमागे उभा त्याचे
दिसेल का रूप
आरशाच्या शापानेही
आलिंगन पाप.

फुप्फुसाला वारा देती
कळलाव्या ग्रंथी
घोड्याच्याही डोळ्यावर
काळोखाची बुंथी.

न्हाहुनिया केस ओले
दारामध्ये आली
खुंटीवर टांगलेली
चोळी चोरी गेली.

पलीकडे नदी नादे
अलीकडे पूल
हिरकणी खांबाखाली
गाडलेले मूल.

बाभळीच्या विजेपाशी
सावरीची शेज
बोंबाबोंब झाली तेव्हा
डोळा आली नीज.

आभासाने येतो वारा
माझ्या मागे मागे
कस्तुरीच्या हरिणाला
जशी आग लागे.

दुःख दिले त्याने तोच
दान मागणार
गोऱ्या मुलीसाठी आला
काळा घोडेस्वार.

वाटेवर त्याच्या नाही
मेणुलीचा दिवा;
जशी दिशा तसा जातो
कोणत्याही गावा.

Baby knows all manners of wise words, though few on earth can understand their meaning.

It is not for nothing that he never wants to speak.

The one thing he wants is to learn mother's words from mother's lips.

That is why he looks so innocent.

RABINDRANATH TAGORE

चंद्रमाधवीचे प्रदेश

लपंडाव

आला पक्षी गेला पक्षी
झाडांचेही ऊर उडे
रंगजलावर मेघावाचुन
संध्येचे पाऊल अडे.

दिशा पुसटल्या क्षितिजामध्ये
आकाशाचा अर्थ नवा
की प्राणांची किनार उसवुन
या चोळीला बंध हवा.

संन्याशाच्या घरात बेसर
सापडली तर काय भले?
टोचुन घ्यावी कानामध्ये
आपण अपुली गवतफुले.

धुके नसूनी लपंडाव हा
या वृत्तीचे काय गडे?
वटवाघुळही घुमटामध्ये
लपुनि बसाया जसे रडे...

जलकंपन हे भयकंपन का?
त्या नादाच्या प्रतिमा;
सुवर्णमृग स्वप्नात मागते
तुझी मैथिली रामा...

हातावरुनी उडून गेली
बगळ्यांची फडफडती रांग;
ज्याच्या मिठीत फुलुनी येशिल
त्याच मिठीचा साजण माग.

चंद्रमाधवीचे प्रदेश

झोका

उंच झोक्याने आभाळ उंच जाते
स्तब्ध रानाच्या हृदयात चर्र होते
यातनांचे वेचून टिंब ओले
डोंगरांतुन गावात ऊन गेले.

वृद्ध पानांच्या जाळीत उष्ण वारा
चंदनाच्या सरणातला निखारा
कोकिळेच्या स्वप्नात वीज आली
आज माझ्या दुःखास मीच वाली.

सूज पायावर येताच गळे पान्हा
झाड रुजले उपटून काढताना
घार डोहावर पोचली दुपारी;
कोण आला वेळूंत या मुरारी?

बहर

नभात घन दाटले दरित वादळाच्या खुणा
घरात समई जळे उठुन दार तू लाव ना!
निवांत निजल्या तुझ्या दमुन भागलेल्या मुली
दिठीत शिरल्यावरी मरण सांगते का खुणा?

सुरेख मधुरा तुझ्या गगनरंग हातावरी
फुलांत करुणा जशी झरत साजणाच्यापरी...
निजेत जरी फोडला गहन जांभळा आरसा
तुझीच प्रतिमा तिथे फिरुनि मांडतो ना हरी.

मनात कविता जुळे चिणुनि शब्द माझा नवा
तुझे हृदय मागते सजल पावसाळी हवा
सरीत तम गोठला भिउनि वेदनेच्यामुळे
विनाश मज सोसतो बहर तेवढा दाखवा.

बाग

बागेत फुलांच्यापाशी
मज रडू अचानक आले
बाकावर बसता बसता
दृष्टीत धुके साकळले.

या ऋतूत सूर्याचेही
का ऊन जिवावर उठते?
भर माध्यान्ही पाचोळ्यावर
कुणि स्वर्गसुखाने निजते.

हिमवर्षावाच्या दिवशी
शहरात सांज भिरभिरली
मेघांना भुलवुन जैसा
पाऊस उतरतो खाली.

जुळतात मनाच्या तारा
बगळ्यांना होते घाई
बागेतिल फूल कधीही
तुडवून कुणी ना जाई.

स्टेशनात शिरला टांगा
गाडीची घुमली शीळ
त्या कंच निनादामागे
दुःखाचे असती पीळ.

रंगीत गुलाबाचेही
काट्यांत अडकती प्राण;
तू मिठीत एखाद्याला
सर्वस्व देउनी आण.

वाद्यावर कुठुन अनोख्या
प्रार्थना अनावर येती?
किति दूर मुलींची शाळा
या इथून मैलोगणती!

अंधार आंधळा करतो
भिववितो लतावेलींना
आकाश वेगळे द्यावे
मग अशा सर्व बागांना...

उडी

पारिजाताहुनी गूढ देठ भगव्या रंगाचा
संध्याराणीच्या ओटीत मेघ गर्भार परीचा.
कोऱ्या सावलीने केले थंड जारिणीचे अंग
जशी पावसाची सर झेले कुंवारीचा भांग...
दिठीमिठीचा काळोख वन उतारास गेले
एका बाजूचे आकाश माझ्या ओंजळीत आले...
जागोजागी फाटलेली उडे चेहऱ्याची साल
आणि गंगेच्या पाण्याचा घुमे अंतराळी बोल.
कडेकपारीत जमे धुंद नक्षत्रांचा चुरा
घाटमाथ्याहून आला प्राणदिव्याचा शहारा.
देह चांदण्यात जळे ढग मागतो ओलावा
मला आटल्या पाण्याची गंगा दुरुनी दाखवा!
थोडी खडकाची वाळू, वाळू नदीचे अंगण
रित्या पात्री टाकू नये कधी चांदीचे पैंजण...
उन्हातान्हातून येतो जेव्हा दुःखाचा सांगावा
मृगजळाच्या दयेचा उरी भेटतो पारवा.
मेघ रडू द्यावा डोळीं; सांज हाकारावी थोडी,
नेम चुकला तरीही गंगा स्वीकारते उडी.

५८   **चंद्रमाधवीचे प्रदेश**

पिंजरा

झाली सांज अरण्य दीर्घ पसरे गेले मनाला तडे
माझा अश्व सुजाण एकट उभा या पालखीच्या पुढे?
पृथ्वीला दुखवू नकोस फकिरा घे प्राण पायातळी
पाण्याला चकवून काठ धरितो की मृत्तिकेचे घडे!

ताऱ्यांना भ्रम कोणती हरवली अस्ताविणा चांदणी
शोकाच्या नगरीतुनी परतली ही बाहुली देखणी...
मेंदूचाहि वसंतनाद असतो तो मागतो मोगरा
सोन्याची मृदु तार त्यात विणले तू पोवळ्यांचे मणी...

पानांची झड सारखी पलिकडे दाटून येतो गळा
झाडांचे जणु स्वप्नभास हलती झाल्या हिमाच्या शिळा...
पेशींचे थर चांदण्यात दिसती रक्ताहुनी वाळले
देहाच्या पिंजऱ्यात का सजविला तू सांग माझा गळा?

चंद्रमाधवीचे प्रदेश   ५९

गर्व

रुसलीस कशाला पोरी
मी चंद्र तुला देऊ का?
की तुझ्या स्तनांना झाकुन
हा मोर असा ठेवू का?

घनघोर पावसाआधी
हा नृत्य भयाने करतो
प्रीतीचा शकुन धराया
मृत्यूचे अर्थ उसवतो.

आभाळ घरावर माझ्या
ताऱ्यांनी लहरुन येते
मग जरा वाकतानाही
डोळ्यांतुन वीज चमकते...

निजलेले मूल स्तनाला
रुसलीस कशाला पोरी?
चंद्राचे गोंदण लटके
मोराचे चित्त बिलोरी...

अंगाइत जीव तुझाही
मरताना उजळत नाही;
ही अशी कशाने येते
देहास तुझ्या नवलाई?

आरसा कधीही कलतो
वक्षावर हार फुलांचा
पोटावर गर्भवतीच्या
की हात फिरे पुरुषाचा...

साधेच असावे पोरी
आलिंगन चुंबन हलके;
मेंदूतुन रत्न उगवता
कवटीची भिंतहि तडके...

ओरडले आकांताने
झाडांत कावळे सर्व
भीतीला सोलुन गेला
आत्म्याचा माझ्या गर्व...

चंद्रमाधवीचे प्रदेश

चंद्रमोजणी

असा खिन्न होतो कशाने सदा मी
तुझ्या यातनांचे मला वैभव
सतीच्या घटांतील पाणी उन्हाचे
तिचे गर्भ प्याले असे तांडव.

कधी ती गढीच्या कधी कातळाच्या
जुन्या पाखरांना घरी बोलवी
कुणाचे कधी कंठ दाटुनी येती
खुणेने असे पंख ती पेटवी.

कुठे देश माझा कुठे रात्र माझी
कुठे जीव जातो सख्या राघवा
मी घातले चाळ पायात ज्याच्या
मला भेटवी तो मुका पारवा...

तिचा वाळला मंद शृंगार येथे
नभाच्या निळाईत चाफा फुले;
जशी वाळवंटातही तारकांची
कुणाला दिसावी जुळी पाउले...

पहाडांतुनी सांज येते इथेही
मठाच्यापुढे ठेविता पादुका;
कसा काय भाषेतला शब्द होतो
जराशा सुखाने असा पोरका?

अशी ही उदासी मला घेरणारी
जडावातल्या केशराची कळी;
तिथे मावळेल सूर्य माझा विरागी
जिथे फाटलेली दिसे पोकळी.

अंधार येतो तिच्या भोवताली
तिला वाटते चंद्र ती मोजते;
निनादातला मृत्यु यावा गळ्याशी
उभ्याने तशी अस्त ती झेलते.

पक्षी

पक्षी अनाथ असतो आणी धुक्यात रडतो
निष्पर्ण झाड होता सोडून देश जातो.
आभाळ खूण करते देशांतरांत त्याला
घरट्यातल्या पिलांची स्मृति जेवढी तरूला.
पंखातली भरारी ये मोक्ष संधिकाल
पाण्यात कोसळे की रंगांध सूर्य खोल?
चोचीत वेचलेला फेकून घट्टा चारा
येतो समुद्रकाठी बघतो सुना किनारा.
दृष्टीत झाकलेला हा कोठला इलाखा?
झडल्या पिसांत गेल्या वाहून सर्व हाका.
उसळून लाट झाली चैतन्यफूल शुभ्र
हलकेच एक आला त्याच्या गळ्यात अभ्र.
सुकुमार पाउलांची कमळे क्षणात झाली
कविताच वाजवी की तार्‍यांत शीळ ओली...
त्याच्या समोर बसली कुणि एक मुग्ध बाला
हलत्या तमात शिरली मोकाट धर्मशाळा...
आणी हिर्‍यांत घुसल्या म्यानांतल्या कट्यारी
रक्तात चंद्र आला काया बघून गोरी...
विस्तीर्ण वाळवंट त्याच्या जमे सभोती
अंगात टाचले की त्याच्या असंख्य मोती...
त्याला कुठे दिसेना त्याचा सुबुद्ध बाण
माझे धनुष्य तुटले तू जा पुन्हा उडून.

मुद्रा

ही धूळ धुक्यासम कोमल
ताऱ्यांच्या मागुन येते
पाण्यावर हलके हलके
चंद्राची साय पसरते.

हा प्रश्न जिवाला छळतो
टिचलेले बिल्वर हसती;
कोणत्या फुलातुन गळते
कोणत्या कळीची माती?

घे हळूहळू स्मरणाने
पानांचा तू कानोसा
झाडांच्या अगदी मागे
तुज दिसतो काय कवडसा?

माधुर्य सांडते संध्या
किणकिणती सर येताना
मेघांना कळला नाही
हलकासा रंगउखाणा

जोगवा मिळाला तेव्हा
लहरीत नाचलो होतो;
पायात मोडतो तोही
पाऱ्याचा घुंगुर असतो...

शोकातिल दाट विणीची
गुंफात अरण्ये असती
वाटेत झरा उचलाया
दगडाची लागे छाती

तुज शोधाया मी गेलो
नक्षत्र निघाले आर्द्रा;
हळदीच्या हातामधल्या
घे काढुन अवघ्या मुद्रा.

लाज

जे सोसत नाही असले
तू दु:ख मला का द्यावे?
परदेशी अपुल्या घरचे
माणूस जसे भेटावे—

मिटल्यावर डोळे मजला
स्मरतात निरंतर नाद
हाकांना मागावे का
त्यांचेच नवे पडसाद?

अंधारच असतो मागे
अन् पुढे सरकतो पारा
सूर्याच्या सत्तीनेही
कधि नष्ट न झाल्या तारा.

पडवीच्या देखाव्यातुन
दिसतात मठाचे खांब;
क्षितिजाच्या जवळी जाता
ते पुन्हा पसरते लांब.

हे इतुके साधे असता
हसतात कशाला पोरी?
संताच्या शेजेवरती
होणार न काया गोरी...

हातांत तुझ्या जे आले
ते मेघ न फूल न गाणे;
स्वप्नातहि स्पष्ट समजते
हे असे अवेळी फुलणे...

मोरांना कळते वेळ
पण कोकिळ असते हळवे;
भर रस्त्यावर झालेली
मज लाज तुझी ना बघवे.

ऊद

ज्या झाडांतुन पक्षी उडती त्या झाडांचे गाणे
शिशिरामधल्या हिमवृक्षाला नको कोवळी पाने.
संध्येमागुन ऊन निघाले पैलथडीला जाई
अशा भ्रमाने हंबरतिल ना रवंथ करत्या गाई...
उतरुन गजरा केस मोकळे दिले भयाने दान
त्या वाऱ्याने धुळीसारखे केले सर्व स्मशान...
शिखरावरुनी संथ उतरती जीर्ण फुलांचे रावे
डोळ्यांमध्ये जमता पाणी सांग कुणा बिलगावे?
अनोळखी युक्तीने गेले अटळ दिशेला पक्षी
समई घेउन तू निरखावी अंधारातिल नक्षी...
एकांतातिल निद्रेमधले गीत न येई ओठी
करुणाघन का मोर नाचतो वृद्ध हिवाळ्यासाठी?
दुःखावरची शीळ घसरता पुन्हा मेघ जरतारी
या क्षितिजाहुन त्या क्षितिजाचा संग असे का भारी?
असे ऐकिले होते तेथे रंगित पाऊस पडतो
त्या घाटातही सनईवाचुन ऊद कशाला जळतो?

दुरावा

घोडा कशाने खळाळून हसला? नि
संपृक्त अंधार झाला मऊ;
तुझ्या शुभ्र पाठीतल्या अंगमोडीतले
रत्न लागेल ना गे अशाने जळू.

नदी आटवावी धिराने धिराने
अरण्यातल्या श्वापदाच्या प्रमाणे
कपारीतला वंश घरट्यात त्यांच्या
जसा वाढतो ना क्रमाने क्रमाने!

घरामागुनी की घरातून गेले
कुणी सांजवेळी मला ना कळे;
तुळशीवरी ठेवलेल्या दिव्यालाच
घेउनि गेले जुने कावळे...

तोडून नेले उभे हात दोन्ही
त्वचेची निळी पालवी शुष्क होई;
नि खांद्यावरी रक्त राखून थोडे
कशाला पुन्हा बांधली पाणपोई?

सोलून झाले उणे स्पर्श माझे
दिठीला पुन्हा एकटे फूल का?
एकांत ये मांजराच्या भितीने
गळ्याला नखांच्या जशा तारका...

बुडे सूर्य माझ्या सखीच्या कलाने
तरी गाव रस्त्यात ये सारखे
शहाण्या मुलाने रडावे कशाला
नि दुःखास व्हावे असे पारखे?

चंद्रमाधवीचे प्रदेश

दुसरा घोडा

गाणे धरून माझे घोडा घरून गेला
ज्या डोंगरात निजतो जोगी कुणी भुकेला.
पायावरून त्याच्या भिक्षा जळून मेली
खोगीर काढताना घोड्यावरून खाली...
गेला घरून जेव्हा अंधार येत होता
अंगावरील वस्त्रे अंगावरून ढळता...
माझ्या मुठीतलेही चोरून रत्न नेले
पिकल्या फळाप्रमाणे डोळ्यांत अश्रु आले.
मी मांडणार होतो माझे सुबुद्ध अर्थ
ज्या डोंगरात जोगी निजला असून मर्त्य...
घोडा जरी रिकामा स्मरते तयास थोडी
प्रेतास वाहणारी बर्फावरील गाडी...
आयाळ रेशमाची दुःखावरील राख
मृत्यूसमीप समई दिसते जशी सुरेख...
एकत्र बांग देतो यावीत सर्व झाडे
त्याच्याच मालकीची दैवी निळी गिधाडे...
दिक्काल वासनांचा चोचीत शुभ्र पारा
माझ्या मिठीत घुमतो तो आसमंत गोरा.
शतके मुकाट झाली शिल्पांत हा उसळला
माझ्या दयेविनाही माझा विनाश झाला...
शतके मुकाट झाली शिल्पांत हा उसळला
माझ्या दयेविनाही माझा विनाश झाला
रक्तावरून सखये स्वामी न मी तुझाही;
घोडा प्रमाण मज़ला मी कोसळून पाही...
या गर्द चुंबनांचे सुटतील पद्मबंध
मांडीस हुंगताना होईल हाही अंध...

दूध

बाळ रांगाया लागले चंद्र जसा उखाण्यांत
सांगातिणींच्या सावल्या गेल्या पाण्याला रानात.
रुसे ढगांची बाहुली बाळ दुडुदुडु येई
पाच मासाच्या गोळ्याला आली पोटात जांभई...
वाट चुकल्या गायींचे रान आडवेळी निजे
बाळ बोलाया लागले पान्हा अंगावर थिजे.
बाळ दचकुनी उठे कोण सनई वाजवी?
न्हात्या धुत्या अक्षरांना नको लागाया वाळवी.
कंच भरल्या भितीचा बाळ मागते मुकुट
अंतरंगात भिनली तुटे चांदणी निमूट
कसे लबाडाचे कूळ भूक लागताच पाही
माझ्या वेळीही आईने मुठी बांधिल्याच नाही.
दात चावलेच नाही, बाळ हसाया लागले
गर्भाशयात फुलांना शुभ्र पेशींनी वेढिले...
जीव फकिराचा मोज, जीव पासरीने मोज;
बाळ भिक्षेला निघाले स्तन वाढताती रोज...
बाळ राखेचे पाखरू रोज करावा पुकारा
तुझ्या धुण्याचा दगड पुन्हा वाळविल वारा...
गाव दिशा पालटता बाळ वेशीवर आले
सापासाठी ठेवलेले दूध मांजरीने प्याले...

केशर

ये माघारी
हो गांधारी
इथे कोवळे घन थरथरती
संध्येच्या प्रहरी.

पल्याडचे मन
त्याचा साजण
दिशाभुलीने विसरून गेला
गगनाचे अंगण.

तरूंत बाई
सळसळ होई
दोन घागरी घेउन गेली
ज्या डोहाला आई...

भरीत भर
कोसळली सर
तिच्या सखीने तुज मागितले
थोडेसे केशर...

पारवा

ऊन लागले तुला तु सावलीत ये जरा नि
एक झाड राहिले नि एक राहिला झरा...
आतड्यांत अंतरिक्ष सूर्य सोलतो जरी नि
जडातल्या शिळेतुनी तरी निघे निळी परी...
निर्मनुष्य गाव हा कसे कुणा विचारणे
घार हिंडते मुकी तिला उन्हात राखणे...
रानभूल सांडताच मृगजळात रंगफूल,
कथेतला विराम की जुन्या घरातलीच धूळ...
वक्षवेल वाढते कुडीत प्राण ये नवा
नदीवरून थेट ये जसा उडून पारवा...
नादतात जी उन्हात ती तुझी न जोडवी,
उन्हात स्नान घालता रडे न माय देवकी...

चंद्रमाधवीचे प्रदेश

वनमेघ

गळ्यात घन दाटला खडक शोषणारा झरा
झऱ्यात वितळेल तो खडक वेदनेचा खरा
उन्हात सर वेचली तलम सोनचाफ्यांतली
दरीत वनमेघही हळुच सांडतो सावली.

सुवर्ण वितळे तसा कळस देउळाचा दिसे
असंख्य पडली तिथे वरुन पाखरांची पिसे
मधून घर लाव तू उठव ऊन दारातले
सरीत भिजले तरी हृदय तेवढ्याने जळे...

अनंत जरि भासते गगन आरतीने मिटे
तुझी हळद आजच्या तरल पावसाने फिटे
फुलांस बहरांतले सृजनदुःख झाले तरी
मुकाट हसणारा तू पिळुन केस खांद्यावरी.

फुलांचा गुच्छ

तुझ्या हातांतील फुलांचा गुच्छ मला दे!
किती सुरेख दिसतात मेघांचे रंग!
असे अलवार नाही ना होता
येणार मला?
फुलांचा गुच्छ मला दे. मी कोणालाही
सांगणार नाही.
तुझ्या मुलींनाही ओळखणार नाही.

तू निघालीस तेव्हा काय झाले होते?
दिवस बुडत होता की
फक्त अंधारून आले होते?
मघा काही माणसे टोळी करून जाताना
मी पाहिलीत.
कुठे गेले ते लोक?

तुझे ह्रदय कधी भरून येते?
एमिलीची कविता वाचताना माझ्या एकाही
फुप्फुसातून वारा हलत नसतो.
धक्का लागलेल्या वारुळासारखी कलंडलेली
असते माझी संज्ञा,
मला हा फुलांचा गुच्छ दे ना?

ते परतून आले तर मी काय करीन?
त्यांच्या हातांतील रक्ताने तळपत्या तलवारी
कुठे लपवून ठेवीन?
कोणत्या दगडावर धुवून काढीन त्यांच्या
कपड्यावरील रक्ताचे डाग?

चंद्र मावळतो तेव्हाच्या तारा,
जाईचे विणलेले गजरे,
गर्भसंभवातील सूर्यास्ताची दिवेलागण,
उशीच्या खालची तुळशीमाळ,
चंदनाच्या पेटीतील कुंकवाचा करंडा,
घारीने पळविलेला लोण्याचा गोळा,
मी तुझ्या मुलींनाही सांगणार नाही,
तुझ्या हातांतील फुलांचा गुच्छ मला दे!

काळोख

जितके दिसत असते
ते सर्वच काळोखात बुडालेले असते.
पाण्याची तहान,
तहानेचे पाणी.
प्रत्येक बोळ
प्रत्येक रस्ता
प्रत्येक घर आणि नंतर उरलेल्या
असह्य कविता.
हे सगळे मुळातच नीट लावून ठेवलेले नसते!

कोट्यवधी पक्षी, संधिप्रकाशासारखे
एका प्रदेशात उतरतात;
नष्ट झाल्याप्रमाणे क्षणात निघून जातात.
त्यांतील एखाद्याच्या रत्नसंतप्त डोळ्यांत
मोरपिसासारखा सुज्ञ जांभळा काळोख
असला तर...

उभे राहिले आस्थेने, अरण्यातील निवडलेल्या
झाडाप्रमाणे; देहाला न जुमानता काळोखातूनच
सावली बाहेर येते—असे होते कधी कधी
शेतात पाऊस पडत असतो
आणि बांधावर सूर्य जळत असतो.

समुद्र गच्च भरला म्हणजे माशांच्या बोटींतून
एका विवस्त्र वाद्याचे सूर येतात.
त्या दंशाने आतडे उलटे पालटे होऊन जाते
असेही म्हणतात...
इतिहासात अशा कुठल्याही वाद्याचा पुरावा
मिळत नाही; दुरावा वाढत जातो.
बागेत मरणाऱ्या किड्यांचा आवाज येत असतो;
काळ्या गुलाबांमुळे काळोखच वेगळा होत नाही.

पावसाच्या सरी

आठ दिवसांपासून
लागलेली झड
साऱ्या मातीच्या घरांची
झाली पडझड.

येतो कुठून पाऊस
लागेना सुगावा
डोळ्यांमध्ये ढग त्याचा
मानावा पुरावा?

नसे शकुन गे बाई
वारा ओशाळला
मोर रानाच्या भीतीने
अंगणात आला.

आपल्याच पाचोळ्याचे
झाड एक खूळ
विसावले येथे त्यांचे
शोधू नको मूळ.

थोडे चालताना झाले
पाणी गळाभर
मायलेकींनी काढली
सोन्याची घागर...

हंबरत्या वासराला
कुठेतरी ठेवा
काळ्या टप्पोर डोळ्यांच्या
गाईला वाचवा.

चंद्रमाधवीचे प्रदेश

मागे न्हाताना पाहिले
सूर्यकिरणांस
केस वाळलेच नाही
ओलेती उदास.

शीळ वाजणार कशी
धारांचा आवाज
धुक्यासारख्या फुलांची
मोडू नये शेज.

जुन्या देउळाच्या मागे
साळुंकीला ठेवा
कुणी कुणी केला तिच्या
देहाचा ग हेवा?

अशी उठतेच हूल
गाव सोडू नका
तिथे दयेचा पुरुष
तिचा घेतो मुका...

देहधून कोसळली
इंधनाची मोळी ;
अंग उघडेल तिला
देऊ नको चोळी...

घास शिजवाया लाग
विधवेच्या पोरी ;
मोजताना हलू नको
पावसाच्या सरी.

डोळेभरणीचा थेंब
पहाडात दिवा
परतली नाही तिने
धाडला सांगावा

उखाणे

गरतीच्या बागेतुन
पुनवेचा चांद दिसे
सवतीच्या पोरीला
चलताना गाव हसे.

लुत भरले श्वान आत
दाराची बंद कडी
डोहाच्या रोखाने
जमलेली एक उडी.

बाभळिच्या बहराहुन
काट्यांचे रंग मऊ
रांडेच्या लग्राला
चोरुनिया चल जाऊ?

चाफ्याच्या झाडावर
घारींचा कळप बसे
रात्रीला एकदाच
न्हालेली पोर हसे!

देवाच्या गाण्याने
दळणाला मोल चढे
कोडाच्या हाताला
हिरवे भरतात चुडे?

नक्षत्रे निजवाया
तळहाती दीप जळे
वाऱ्याला रोखुनिया
माळरान का उसळे?

वाळवंट स्मरणाने
आठवते तृप्त नदी
बगळ्यांच्या भवताली
माशांची तटबंदी!

येइल जो पहिल्यांदा
त्याच्याहुन कोण उंच?
नाटक हे बघताना
कोसळतो रंगमंच!

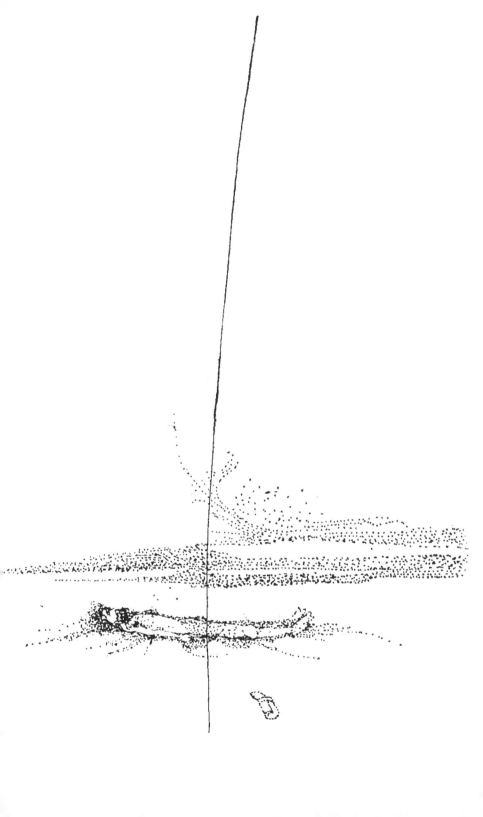

२. चंद्रमाधवीच्या प्रदेशांत

दुर्गुण सांगितल्याने
माया वाढते
कुणी ढकलून देणार नाही
अशा मांडीचा
शोध घेत राहिलो
आणि आत्ता तू
जन्माचा अबोला धरलास
तुला हे प्रदेश
अर्पण करतो
बिशूला मी राघव म्हणत
नाही आत्ताशा
रघुना ऽ ऽ ऽ थ अशी
पिकलेली हाक
देतो

चंद्रमाधवीचे प्रदेश

निमित्त

बुडण्याचे निमित्त घेऊन सूर्य बुडाला...
सारे अस्तित्वमयूर संधिकाल माझ्या
दिशेने सरकत आले;
बुडण्याचे निमित्त साधून दरीपर्वतांतून
वाहणारे पाण्याचे प्रवाह कंठाशी
आलेत...सूर्य बुडाला...

बुडण्याचे निमित्त घेऊन सगळी शहरे अंधारभारी
झालीत, चर्च बुडाले, हॉस्पिटल बुडाले
जळत्या मेणाच्या नक्षीचा पांढरा झगा घालून
मी शोधून काढीन प्रत्येक दिव्याचा एकएक
लटका घुंगुर...

बुडण्याचे निमित्त घेऊन माझ्या अस्थींचे रूपांतर
होते आहे दयार्द्र वाळवंटात
माझ्या निर्मोही कपाळाचे कुणीही घ्यावे चुंबन;
माझ्या ललाटातील अज्ञात अंबरांची कुणीही
फिरवावी वर्णमाला

बुडण्याचे निमित्त घेऊन सूर्य बुडाला.
दिशांचे दु:ख नाही; त्याला सख्यही नाही
आपल्या भर्जरी किरणांचे.
फक्त हातांनीच मुखोद्गत करून ठेवावी
संभोगाच्या प्रज्ञावंत हिऱ्यांची झळाळी...

चंद्रमाधवीचे प्रदेश

संध्याकाळ

कधी एकान्त रेखावा
कधी लोकान्ताची रीत
उभ्या जन्माला न मिळे
तुझ्या प्रारब्धाचे गीत

तूच डोंगर पेरावे
तूच नाचवावी झाडे
असा आकान्ताचा जन्म
तूच द्यावा चंद्राकडे...

मला भावते साजणी
फक्त अशी संध्याकाळ
बाळमुठीला लागतो
जिथे आसवांचा तळ

ऊन

स्वच्छ कोवळे ऊन लहरते
ऊन,
घरे गोपुरे कुणाकुणाची
जाती की बिलगून.

स्वच्छ कोवळे ऊन बहरले
ऊन,
देउळ ढकलित कळ्या फुलांनी
इथे आणली धून.

स्वच्छ कोवळे ऊन उतरले
ऊन,
कुंतलकाळी सांज भटकते
सूर्य जसा माळून...

स्वच्छ कोवळे ऊन हरखले
ऊन,
या वर्षेचे पैंजण दिधले
झाडांनी हरवून...

स्वच्छ कोवळे ऊन निसटले
ऊन,
जो जो पक्षी हाती येतो
तो तो जाइ उडून...

पाषाणाचे घोडे

तिच्या देहाची वस्त्रदूर शरम
माझ्या देहात आली
तेव्हा;
माझ्या घोड्यांना मी आंघोळ घातली
या झऱ्याच्या निर्मळ
पाण्याने...
तिच्या मृत्यूभयाण देहाचा पुकारा
घुमू लागला
तेव्हा;
घोड्यांच्याच निर्दयी रक्तात सोडून
दिले शेवटचे
चांदणे...
ती पुन्हा आली तेव्हा मी नव्हतोच.
फक्त उभे होते पाषाणाचे सात घोडे
बेलगाम.

गौळण

तरंग तडकुन तळात फुटतो
जखम वनाची जळते कातर
दबलेल्या श्वासांत चिरडते
फूल आपुले इवले केसर

विस्कटते जशि रंगवासना
विवस्त्र नाहत बसते गौळण
अवकाशाचा तोल अनावर
जळात बुडतो डोह दुभंगुन...

उमलत येते दुःख दिशांचे
रात्रीच्या शय्येवर व्याकुळ
घनतिमिरावर चुकून पडते
रे हळदीचे पहिले पाऊल...

बहर

मी अशी बहरले होते
खडकातून फूल उगवता
खडकात वितळली होती
खडकाची शुभ्र अहंता!

पाऊसमोगरा सजणा
सनईचे रंगित पाणी
झिमझिमले अंगांगाला
रक्ताच्या मागुन कोणी...

भासात देउळे सारी
ये नीज धर्मशाळांना;
येताना दिसते कोण
डोहात कृष्णकमळांना?

हे दु:ख कुण्या जन्माचे
क्षितिजाला बिलगुन आले?
स्वप्नात पुन्हा सापडले
मेघांचे भगवे शेले...

मन गगन सघन लहरींचे
हलकासा फूलपिसारा;
स्तन झाकुन समईपाशी
मी गोंदण-मिटली तारा...

या ओंजळीत थोडा

माझ्या मना तुला रे दुखते कुठे कळू दे
पोटात वाळलेली माझी त्वचा जळू दे
रस्त्यात एकटा मी अपवाद वृक्ष सोडा
वनवासिनी नदीला या राउळास जोडा
सुखदु:ख सांगण्याचा हव्यास कोण धरतो?
हाकेवरून खाली तो या दरीत पडतो!
नक्षत्र झाकले ना ओटीत कोणतेही
संसार पोळताना त्याची उरे न लाही
हलक्या ढगांवरूनी वारे उडूनी गेले
की पावसात साध्या कोणी बुडून मेले?
छंदात फाटलेला नाचेल मोर कुबडा
अंधार शैशवाचा या ओंजळीत थोडा!

चाफा

रंगीत फुलांचा गंध
झरे घन मंद
माझिया हातीं
डोळ्यांत चंद्र
चंद्रात मंद्र;
चांदणे हरवले भवती
काळीज उमलती शीळ
जळे घननीळ
कुण्या स्मरणाशी
पाणीच असे
व्याकूळ पिसे;
वाहते गडे चरणाशी...

फुले

श्वासांतुन माझ्या गेली
ही फुले दूर रानाला
मार्गात नदीचे पाणी
आरक्तकुसुंबी वेळा

वेळूंची व्याकुळ राने
चांदणे जिथे ये बहरा
अन् फुले धराया माझी
अंधार जाहला गोरा

सर्वत्र पेरले होते
आकाश उगवले भवती
माझीच फुले गहिवरली
या शून्य दुरस्थावरती

शृंगार लगडला येथे
एकान्त कुणी सजवावा
ही फुले न माझी तूझी
कोरला न मी देखावा

मी तरी रान धरले हे
की फुले इथे मावळली?
वाटेने कुठल्या गेली
रामाची मिथिला ओली?

वल्कले

कधी सागराच्या निळ्या स्पंदनातील
वाळूतले चंद्र माझ्या उरी
जळे बिंब आलिंगनाच्या मिषाने
तुझ्या दर्पणातील काचेवरी

तिथे पर्वतांच्या कपारीत जाया
घराला निघे पाखरू एकटे
दिठीच्या कळीची तुला वीण येताच
प्राणार्त लावण्य माझे फुटे

तुझे हात माझ्या गळ्यातून गळले
किती मंद नाशात आनंद हा!
प्रकाशातुनी फाटतानाच आलो
पुढे वाळवंटातली ही गुहा

मला आठवे मी किती मांडले
उंच प्रासाद आणि तुला भोगली
तिथे अंग सोलून तू वेगळी ही
मला नग्नता अन् तुझी सावली

सुखाने तुझे रूप माहेर झाले
हिरे सांडता शुभ्र बर्फावरी;
वसंतोत्सवाला जसे वृक्ष जाती
मला देउनी वल्कले ईश्वरी...

चंद्रमाधवीचे प्रदेश

कहाणी

नको उडवू रे वाऱ्या
रानझऱ्याची कहाणी
थोडे भरून घेऊ दे
माझ्या घागरीत पाणी

तंग काचोळीचे सल
सर्पमण्यात ओविले
गाव गाफील पाहूनी
भर उन्हात मी आले

रांडीमुंडी मी अवस
माझा मलाच शहारा
बोंब माराया वेशीला
माझ्या नावाचा पुकारा

तुला वेलींचा आडोसा
आणि नाही नातीगोती
जाळी तुटता मोत्यांची
उभे आभाळ भोवती

माझा देहभार सारा
वेड्या हस्ताचा पाऊस
आल्या वाटेने दिसेना
एका थेंबाचा टिपूस

राघू उडाला आंब्यांत
माझी पिंजऱ्यांत मैना
डाळ भिजवायासाठी
थोडे पाणी घेऊ देना?

उखाणा

नदी कधी वाहते का?
शहाण्यांना विचार
अप्सरांच्या स्तनांनाही
चांदण्यांची धार

कळ येईल हे ठीक
अंग मात्र खोटे
दाटून येते तेव्हा आभाळ
अंधालाही भेटे

तुझी भेट झाली होती
तरी स्थळ सांग
पिंपळाच्या पारापाशी
केवड्याची रांग

अंग अशी चोरू नको
मला नाही रूप
गाभाऱ्याच्या अंधाराला
देऊ नये धूप

शरीर माझे तुडुंब

शरीर माझे तुडुंब भरले रक्तमंद क्षितिजे,
तू जवळी ये ना पोरी.
रक्तमंद क्षितिजातुन ढळता
खेळू आपण होरी

कृष्ण नसे अन् नसेच राधा कालिंदीचे पाणी,
का ग गौळणभरला रुसवा?
इथून फुलला तिथे गळाला
बहर फुलांचा फसवा...

दु:ख नसे ग दु:ख नसे ग सूख अनावर झाले,
तू जवळी ये ना पोरी
अंग अंग माती अभंग
मग संगाची का चोरी?

काही धारा माझ्या पोरी

काही धारा माझ्या पोरी
काही तुझ्या गारा
पावसाळी आभाळात
एखादाच तारा

काही प्रहरांचे मोती
काही तुझे गाणे
बाहुलीच्या खेळातही
रडू रडू जाणे...

एक दार माझे पोरी
तुझी दोन दारे
बकुळीच्या गुंफेतले
पहाटेचे वारे...

एक दुःख तुझे पोरी
मला नाही व्यथा
माऊलीच्या मागे गेली
अंगाईची कथा...

चिंब तुझे अंग पोरी
मला सजू आले
बाभळीच्या काट्यावरी
रक्त वाळलेले

तू नाचत जाशी पोरी

तू नाचत जाशी पोरी
तव काया हळदी गोरी
वारा उनाड;
उचलील झाड;
ही कोण लाजते नवरी?

तनुवेल बहरली मुक्ता
तंद्रीत स्तनांची सत्ता
वणव्यात रान;
आभाळगान;
स्वप्नांत हरवली शांता

क्षितिजास समजले गाणे
तव देह स्वरांचे लेणे
तळहात मंद;
तळपाय छंद;
जान्हवी घेत की वळणे...

नभ

रुसला वारा
हसली तारा
हृदयगिरीच्या उपकंठी
जिथून सुटते
हलकेहलके
सूर्यफुलांची सांज-मिठी

समुद्र भरभर
तम ये सरसर
वक्ष सुगंधित तुझ्या उरी
वृक्ष थर्थरे
हलती शहरे
की दु:खाच्या या लहरी?

खोल वाहते
मला न दिसते
कुठे निनादे गे पाणी?
सांग साजणी
तुझी पापणी
हीच असे का निर्झरिणी?

मन हे आवर
संचित सावर
दूर शिराणी तमछाया
इथे उराया
तुला धराया
चंद्र पसरितो गे माया.

मी ओलावा
तुज मागावा
ऋतु मरणाचा तुला मिळे
मी मोडावे
तू मिटवावे
निळेच नभ हे तरी निळे

निळाई

असे रंग आणि ढगांच्या किनारी
निळे ऊन लागे मला साजणी
निळे घाटमाथे निळ्या राउळांचे
निळाईत माझी भिजे पापणी

निळ्याशार मंदार पाऊलवाटा
धुक्याची निळी भूल लागे कुणा?
तुला प्रार्थनांचे किती अर्ध्य देऊ
निळ्या अस्तकालीन नारायणा?

निळेगार वारे जळाची शिराणी
निळ्या चंद्रओवीत संध्या डुले
निळे दु:ख चोचीत घेऊन आली
निळ्या पाखरांची निळी पाउले

निळे सूर आणि निळी गीतशाळा
निळाईत आली सखीची सखी
निळ्या चांदण्याने निळ्या चंदनाची
भिजेना परी ही निळी पालखी...

किती खोल आणि किती ओल वक्षी
तुझा सूर्य आणि तुझे चांदणे?
प्राणातले ऊन प्राणात गेले
तुझ्या सागराची निळी तोरणे...

उदयास्त

विराट शिवमंदिरे विकल धूप त्यांचा जळे
फुटून मग रक्त ये सरळ काळजाला मिळे
तरी अजुन दूरचे नगर स्पंदनाने झरे
जशी लहरबंदिनी मृदुल मालतीची फुले

जळे समय संभ्रमी पवन दीपमाळेतला
तशात हलके धुके अन् धुक्यात मी एकला
उडे इथुन पारवा भर तमात ये आर्द्रता
स्तनात उदयास्त की मधुर चांदण्यांचे निळे?

प्रशांत तरु हे तुझे सरल नग्नताही तुला
तशात तुज शोधिले कुणिही पाहिले ना मला
मनात तम वेढितो सृजनदीप्तिच्याही पुढे
समुद्रतळ फाटती ध्वनिसुसाट वार्तेमुळे

विषण्ण घन झोत हा शरिरचंदनाच्या तिरी
कुण्या गगनगोपिचा मधुवनात लोपे हरी?
कशी कुठुन साद ये प्रहर वेचताना मला
जशी बहरव्याकुळा, सजल भक्तिची श्यामला...

अस्त

अनंत शिखरे निळी शिशिरमुग्ध संध्येतली
मधून जडली तिला जलतरंग मेघावली
तुझे बहरगीत की मयुरपंखसे आरसे
अरण्यभर सांडला मधुर अस्त माझा दिसे...

फुलेच हसली जशी तिरिप काळजाची उठे
जळात बुडले तुझे कनकबिंब जैसे फुटे
सजून घर हे मुके जणु उदास शहरांतले
भुलून मनपाखरू घन तमातुनी चालले

सशिल्पधर अंग हे सडसडीत ये गारवा
कुण्या गगनराउळी चुकुन राहिला जोगवा
महालभर भव्यता किति प्रकाशली झुंबरे
लयीत तुटता पुन्हा सजुन एकटा मी उरे

तुला स्मरुनि बांधली करुण रंगली गोधने
समुद्रभर धूळ ये अन् धुळीतली काकणे
धुक्यात मग वृक्ष घे कुशित राहिलेले ससे
अरण्यभर सांडला मधुर अस्त माझा दिसे...

ऊनकावळा

उन्हात चालली गुरे नि गाव दूर राहिला
सूर्यगीत वाहतो अबोल एक कावळा
एकनेत्र तो सुजाण ऊन घे उरावरी नि
जांभळ्या निळ्या किती सरीवरी धरे सरी
रक्तचंदनातला तुला न गंध पाखरा कि
कोण मागतो क्षमा तुला विराण निर्झरा!
शिल्प मोडके, कुणी कि देव ना कळे मला,
वृक्षवाळल्या दरीत एकटाच राहिला
ओस गाव राहिला नि राहु दे तसाच रंग
राहिले जसेच रे तसेच घे पिळूनि अंग...
कोसळे जिथे युगांत सोड केस बांधले तु
तेवढेच मेघफूल वाळवंट पावले...
खुळे कसे धरून रान तेल आटला दिवा नि
एकदाच जानकीस घे मिठीत राघवा...

हिमसंध्या

मातीमध्ये फूल गळावे तसा निनादत गेलो
अस्तगिरीच्या मेघांवरचा रंग उदासिन झालो
इथे घरे अन् तिथे घरे, वर पुन्हा घरांच्या रांगा
झऱ्याझऱ्यांचे स्पर्श बिलगती तुझ्या अनावर अंगा
त्या अंगांच्या उत्तरछाया हले नदीचे पाणी
नदीत गुंफित नगर वाहते मंद दिव्यांची गाणी...
चंद्र नसे अन् शेज नसे अन् कसा घनंतर पावा?
मिळवट भरल्या मिठीत जैसा झरझर पाउस यावा...
मंदिर गोपुर गोपुर मंदिर कुठे कुठे हा वारा
अंतरिक्ष प्राणातुन सरके जशा नभातुन तारा...
झाडांच्या देहांतुन फिरतो हळूहळू हा शिशिर सखा
शरीर उगवे पुन्हा पुन्हा की फक्त त्वचेच्या शाखा?
डोंगरवैरी प्राक्तनगौरी हिमसंध्येची धूळऽऽ
कृष्ण आठवा तुला देवकी मला विजेचे फूल...

दान

धूळ लागली दिशांना त्यांचे अंग निळेपान
सूर्य उभा डोळ्यांपाशी आता जाईल बुडून
मेघ किती रंगवेडे तेही निरंग होतील
असे व्हावेच लागते कधी आपल्यात खोल!
मुके एखादे पाखरू त्याचे आर्त निनादेल
आणि झाडांची सावली थोडा अंधार मागेल...
अशा दुःखाच्या काठाशी माझे थांबतील पाय...
तुझ्या गावावर जशी दिवेलागणीची साय...
आज मागितली भिक्षा इथे काढून ठेवीन
आणि फाटल्या झोळीला देवचाफ्याने शिवीन...
थोडा निवांत बसेन मीच आपुल्या उराशी
वारा जसा हरवतो जळवेलींच्या तळाशी...
गोऱ्या हळदफुलांनी जरा अंधार भिजता
मला कळेल मी आलो तुझ्या दारापाशी रिता!
तुला पुरेल एवढे बुबुळांतील हे पाणी
पुरतील पुढे मला तुझी तहानली गाणी...

भीती

मला भीती वाटते हे तर खरेच
परंतु ही सगळी झाडी माझ्या परिचयाची आहे.
समुद्रकिनारा आणि झाडी यांच्यामध्ये
हा एकुलता एक तुकडा;
दैवी कृपेसारखा. एरव्ही ऐकूच येत
नाही आपल्या हृदयाचे अक्षर...

ही भीतीही त्या निरक्षर, नाठाळ भीतीचे
अपुरे उत्तर. युद्धभूमीवर संध्याकाळ
झाली म्हणजे तुम्ही खुशाल झाका
आपुलाले डोळे;
असे कित्येक हिवाळे, निष्पर्ण आरशांसारखे
या तुकड्यांवर मी पाहतो आहे...

या भीतीला एखाद्या वेळी ईश्वरी शहाणपण
आले तर, नववधूच्या कोवळ्या, अभोगी
वासनेसारखी ही प्रश्नचूर होऊन जाईल...
पण ही झाडी नक्कीच माझ्या
परिचयाची आहे; म्हणून म्हणतो, शक्य
असेल तर एखादा माणूस नाहीतर
वाट चुकलेला समुद्रपक्षी या झाडीत
मरून पडला असेल, कालपरवा...
कृष्णयुगाचा वैरी, हा कावळा, त्याच्या चोचीला
का म्हणून हे रक्त...?

१०४   चंद्रमाधवीचे प्रदेश

किमया

कुण्या पक्ष्यांनी ही गगनभरली सांध्य शिखरे
पहाडीला जैसे हळदपिवळे ऊन उतरे
अरण्ये मावळती सजल त्यांचे शोक झरती
तुला आलिंगावी तुझिच मिटली प्राणभरती

नको अंधाराचा सघन गांधार सखये
फुले मागावी तू; भुइत गळला वृक्ष वर ये!
निळाईमागेही हृदय असते आणि वारे
कुणाचे सांगाती मधुर हळवे चंद्र तारे?

किती बगळ्यांच्या माळा रंगनदिला देत हाका
हसे रक्तामध्ये वलयफिरती दीपकलिका
घरे दिसती साधी क्षितिज कौलारांत मिटले
तमाच्या तंद्रीने सजुनि इथले गाव बसले!

निळ्या आकान्ताचे मिठीत जळ हे दु:खभगवे
जसा गर्भामध्ये मधुर निजला गंध उगवे...
विवस्त्रा छायेलाही चंद्र धरतो मंद किमया
कुणाच्या मांडीवरुनी सूर्य गेला आज विलया?

चंद्रमाधवीचे प्रदेश

पाणी : १

ओसाड दरीतुन आले
हे इथे कोठवर पाणी
संध्येच्या रंगवनांतुन
जशि गळली एक विराणी

पाण्याची तसली गुणगुण
दूरात पशूंचे हंबर
एकांत देवळापाशी
मज जसे दिसावे डोंगर

छायांचे मंथर पाणी
ते असे बिलगले तुजला
जाताना देइल कोण
हा भिजवुनि माझा शेला?

अंधारत जाते पाणी
वाऱ्यात उडाले केसर
जशि डोळे मिटुनी बघशी
तू स्वच्छ कोवळे अंबर...

पाणीच बहरले नाही
मग बिंब कुठे प्रतिमांचे?
ऋतु एकट एकट येती
स्पर्शून रान घारीचे

पाण्याचे नादहि हलके
हलकेच ठिबकती थेंब
असतील कुठे तुटलेले
खडकांचे निळसर खांब...

पाणी : २

काही झाडे, काही शिवालये आणि काही शिशिर
घेऊन ती आयुष्यभर हिंडली.
तिच्या नक्षीवंत देहांमध्ये काही उगवावु
प्रेरणा तिला दिसून आल्या.
रक्ताच्या वेली, श्वासांचे झरे; शिवाय
दोन्ही डोळियांच्या खाचांतील बाहुल्यांचे
प्रच्छन्न पहारे....

पियानो व पाणी असे तिने चिंतन केले.
तिच्या डोळ्यांदेखत मेघांच्या माळा तुटल्या
आपपरभावाचे सताड अंतर राखून पहाडांच्या
ओंजळीत पाऊस साठत गेला;
ती पाहत राहिली, तळव्यांच्या ओलाव्यातील
दोन कमळे.

मातीच्या वैष्णवी विस्तारातील यात्रेत ती परत आली
निखळलेला नूपुर तिने गिळून टाकला आणि
भूमिकन्या होऊन ती नाचू लागली.
देवाच्या आकाशाचा मागोवा तिच्या समोरून गेला;
तशी निष्णात लगबगीने ती परत अदृश्य झाली
आपल्याच देहाच्या यक्षवनात...

चंद्रमाधवीचे प्रदेश

चंद्रास्तातील सगळ्या उद्ध्वस्त शिल्पांची नगरे
तिने स्तनयुग्मांतील भयाण तमागारात झाकून ठेवलीत;
कपाळावर पसरलेली आकाशाची धूळ तिने
पुसून टाकली, थोडेसे थांबून हलक्या हाताने तिने
खुडून घेतलेत आपले डोळे...
तेव्हा चंद्र नव्हता; फक्त थरथरत होते रानफुलांवर
थोडेसे पाणी...

१०८

चंद्रमाधवीचे प्रदेश

वर्षा

पाणी स्पर्शुन प्राणबंध तुटला आभाळ हे दाटले
मोरांची मनआर्त मी जमविली मेघातली पाउले
छायांनी नभ शून्य शून्य दिसते निष्कासिनी तू कुठे?
आता दुःख भरास ये, फुलत ये; या नष्टनीडातले

झाडी सांद्र तमातही निथळते ऐशा झडीच्या झडी
रक्ताचे रथ थांबलेत पुढती कोण्या युगांच्या थडी?
नाही प्राक्तन मृत्युगंध सजले माझे मला ये रडू
सारे झाकुनि ऊर मी सजविले हे चंदनी कावळे...

तू निष्कंप सशिल्प मंद बकुळा कल्पद्रुमाची स्पृहा
आभाळे तुटती पुन्हा उमटती की वेढतो शोक हा?
वर्षारंगित हंसगूढगितिका आलिंगनाने निळी
वाजे की घनदाट दूर कुठले देऊळ रानातले...

वर्षेने बुडली असे बुडविली ही चंद्ररेखा जळी
निद्रेचा तमडोह खोल बघते की स्वप्नछाया खुळी
धारांचाहि निनाद विद्ध बहरे झाले तरू देखणे
माझ्या नेत्रनिरांजनात जळती कोण्या ध्रुवाची मुळे?

आकाश

शिशिरात मनाच्या पार
तुला ये बहर
गगन सरलेले
आयुष्य दग्ध
वृक्षांत स्तब्ध
कुणि पान सुखाने अडले

वक्षात वीज
विजनात शेज
एकांतिक हलता तारा
देहात मळविला चंद्र
तुझ्या रचनेत
शिल्प भरणारा

आलिंगू कुठले अंग?
झळांची रांग
नागवी भोळी
स्मरणात उभ्या
तंद्रीत ढळत
हृदयार्त कुणाच्या ओळी...

तू दूर पाहसी मेघ
तुझे आभास
रत्न जडलेले;
हलकेच शिरे
भासांत तुझ्या
आकाश मनोमन हरले...

रान

वर्षा न मेघ पाणी
स्वप्नात रान आले
रानातली नदी ती
मग चांदण्यात डोले

केसात माळला तू
पडला नदीत गजरा
माझेच दु:ख आले
माझ्या घरात बहरा

मी पहिल्याच नव्हत्या
रानात धर्मशाळा
वाहे जिथून रडवा
वेडा उधाण वारा

शिवमंदिरात माझी
टाकून दे पथारी
नेत्रांत माणकांची
तू बांध चंद्रगौरी...

स्वप्नात ओल झरता
घेऊ नकोस झोका
पैलाड नादणाऱ्या
देऊ नकोस हाका

नवलाइ केवढी ही!
रानात रंग नसती
परसात पेरिल्या मी
माझ्या अनार्त अस्थी...

ऊन : २

उजाडल्या नभातले उजाड ऊन भोवती नि
एक पारवा उदास एक घार वाहती
निळी भयाणता जळे निळे जसे निहार अंग,
दूर दृष्टिच्या कडात पावसाळि की अभंग?
नदी दिसे नदी नसे तिच्यात बिंबले दिवे नि
आर्द्रताच शून्य एक आर्द्रतेस बोलवे...
इथून वाहतो सखे निळा प्रकाश पाशवी,
विराट तप्ततेत या मिनार एक जागवी...
वृक्षसान्त या भुमीस व्यापती दिशा किती,
तुझ्या मनात लाजली जशी फुले तरंगती...
कोरिली तुझी स्तने स्तनांत धुंद मोगरा नि
द्वारका जशी दिसे तशी उन्हातली धरा...
मीच झाकिले मला उन्हात जांभळ्या जळी,
असा सुखात एकटा रित्या करून ओंजळी...

टेकड्या

लहान लहान टेकड्या
उंच झाडेही बेताचीच
संध्याकाळी डोळेही
समजूदार, दिलाशाचे
टेकड्यांच्या अंगावरून हात
फिरविणारे.

दूरचे दिसू नये, सामावू नये
तुझ्या हृदयात; असे पक्ष्यांचे
संपृक्त आवाज.
तरीही तुझ्या काचेच्या शरीरांतून
ऐकू येतात सूर्यास्ताचे
अदृश्य नाद आणि ढगांतील
रंगमुल्तानीच्या व्याकुळ प्रतिमा...

एक अजाण रितेपण मला कुठे घेऊन जाते
आत्ताच्या टेकड्यांचे अवशेष
जमिनीच्या कणाकणांत मिसळून जातात.
माझ्या उरलेल्या बुबुळांतून
गुलाबाच्या पाकळ्यांची संततधार;
निळीगर्द आणि अपरंपार.

चंद्रमाधवीचे प्रदेश   ११३

निष्पर्ण तरूंची राई

भय इथले संपत नाही मज तुझी आठवण येते
मी संध्याकाळी गातो तू मला शिकविली गीते
ते झरे चंद्रसजणांचे ती धरती भगवी माया
झाडांशी निजलो आपण झाडात पुन्हा उगवाया...
त्या वेली नाजुक भोळ्या वाऱ्याला हसवुन पळती
क्षितिजांचे तोरण घेउन दारावर आली भरती
तो बोल मंद हळवासा आयुष्य स्पर्शुनी गेला
सीतेच्या वनवासातिल जणु अंगी राघवशेला...

देऊळ पलिकडे तरिही तुज ओंजळ फुटला खांब
थरथरत्या बुबुळांपाशी मी उरलासुरला थेंब
संध्येतिल कमळफुलासम मी नटलो शृंगाराने
देहाच्याभवती रिंगण घालती निळाइत राने...
स्तोत्रात इंद्रिये अवघी गुणगुणती दुःख कुणाचे?
हे सरता संपत नाही चांदणे तुझ्या स्मरणाचे...
ते धुके अवेळी होते की, परतायाची घाई?
मेंदूतुन ढळली माझ्या निष्पर्ण तरूंची राई...

रक्त

कुसुंबि सावळे निळे उदे अनंत जांभळे
मेघमेघ रंगरंग सूर्यसूर्य मावळे...

तिरास पाखरे भरून अंतराळ व्यापले,
दिठीस लागले थवे जशी धुक्यात राउळे...

ओढ कोठली तुला गळे कुठून चांदणे?
सांजबावरी तुझी फुलांत झाक लोचने...

घरात एकटीच तू वडात खिन्न कावळा
अर्पणात झाड की ऋणात शोक आंधळा?

इथेच टाकतो पुन्हा सुजाण दु:ख येथले
तुझ्या कुशीत बाळ अन् मनात रक्त फाटले...

चंद्रमाधवीचे प्रदेश

प्राक्तनगंधी ललाट!

लहरत गेले झाड धुक्यातुन
आणि उलटली मुळे
त्या जागेची खूण उसवली
नितळ उन्हाच्यामुळे.

समुद्रबंदी काठावरची
दोन पांढरी शहरे
गगन निळाइत पार बुडाले
त्यांचे सर्व शहारे.

काठावरती मला पाहुनी
झरे उदासिन सांज
जुन्या देउळी भजनामधली
मला ऐकु ये झांज.

पुतळे गळती लाटा टळती
मुळात नव्हती वाट
उद्रेकापरि तुझे फुटावे
प्राक्तनगंधि ललाट.

चंद्रमाधवीचे प्रदेश

कै. ज्ञानेश्वर विठ्ठल कुळकर्णी

कृपेच्या उदयास्तात वितळणाऱ्या शब्दांची शपथ घेऊन
मी तुझी कुंडली मांडली. कै. ज्ञानेश्वर विठ्ठल कुळकर्णी.
माझ्या भाग्यरंध्रावर चिकटलेले मावळतीचे ऊन, माझ्या
श्वासांना झुलविणारा कार्तिकाचा धुकाळी वारा, माझ्यासमोर
माझ्या निर्वेदी आयुष्याचा भविष्यकाल, उरापोटात तटतटून
आलेले भगवती आकाश; कै. ज्ञानेश्वर विठ्ठल कुळकर्णी.
तंद्रीच्या चंद्रकिनारी चांदण्याखाली विसरून गेलो माझ्या
शिष्यशिष्यिणींचे आभास. माझे हात तसे जखमी, रक्तबंबाळ.
विश्वतन्मयी पसायदानाच्या विदीर्ण दु:खाची प्रारंभस्पृहा छिलून
तासून, सुभग झालेल्या शब्दांच्या सिद्धीने मी व्याकुळलो...
आणि आदळून टाकले स्वत:ला. कै. ज्ञानेश्वर विठ्ठल कुळकर्णी.
मी म्हणालो, शरीराला ओढणाऱ्या अशाच एका संध्याकाळी,
उरलेली तिन्ही भावंडे निघाली असतील: टॉलस्टॉयची ॲना
माझ्या डोळ्यांपुढून, मॉस्कोच्या स्टेशनकडे निघाली...
Why not put out the light when there is nothing
more to look at? आयुष्याला वसंतातील दीपोत्सवाची
हाक देणाऱ्या मरलीन मन्रोच्या वक्षमंडळाची आत्महत्या,
डी गॉलने सार्त्रला लिहिलेल्या पत्रातील निर्भर्त्सनामय अक्षर:
My Master, कुप्रिनच्या मानसकन्यांचा शेवटचा ठराव:
And we will bury like a human being a woman dear
to us: माहिंभटाच्या जीवनशक्तीला
आलेले अहंकाराचे फूल: माहिंभटाचे श्रीप्रभुदास्याविना जो
वेगळे दाखवी तयासी मी महावाक्य वाखाणीन, अशा या
संभोगाच्या विश्वतऱ्हा: कै. ज्ञानेश्वर विठ्ठल कुळकर्णी.
मी थांबलो. पुसून टाकले अंगावरचे स्वेदब्रह्म. आणि
दचकलो, निर्जन गुहेतील वेडा आणि ही भेदरलेली मुले.
माझ्याच देहाच्या उकिरड्यावर खुशाल उभे केले माझेच
प्रेत, आणि कोवळ्या बुबुळांना चोचींनी फोडण्यास सर्व
कावळे धावत आले मायेने. कै. ज्ञानेश्वर विठ्ठल कुळकर्णी.

बर्फाचे गाणे

शुभ्र बर्फ सर्वदूर गगन तेवढे मुके
पर्णहीन चांदण्यात वृक्ष दोन पोरके
पांढरी मधूर ओल पापणी हळू मिटे,
दरीस टाकुनी उभे नगण्य गाव एकटे!

मला भरून ने पुढे अजाण शुष्क गारवा नि
अश्वगुंफिल्या रथात मृत्युगंध ये नवा...
तुडुंब प्रार्थनांतले मनस्वि जन्म नादती
चितेत माणकांपरी जशी लखाकते सती...

निजेतल्या तिच्या परीस शब्द फक्त मोकळा नि
ईश्वरा जसा तुझा उदास रंग सावळा...
प्राण पेरिल्यापरी हिमात हाक सापडे,
देहपात्र आणिलेच मोज यातले तडे...

११८   चंद्रमाधवीचे प्रदेश

चंद्रमाधवीच्या तीन कविता : २

कंचुकीस रत्नवेल ती तरीहि फाटली
सावली कशी विणू पुन्हा पुन्हाच आपली?
एकटेच पाखरू घरास चालले दिसे
उदास जीव हा सखा नि धूळ दूर जातसे.
वृक्ष हालतो तिथे दिठीत दुःख की प्रभा?
गळ्यात सांज थर्थरे नि दीर अंगणी उभा...
स्तनास अंग लागले नि सूर्य आंधळा गळे,
रत्न कंचुकीतले जसे पुरात वाहले...
घरे इथून दूर अन् नदीपल्याड गावही,
मेघ सर्व थांबले तिथेच रत्नरंगही.
दयाघना तुझ्या घरात वस्त्र फेडु दे मला नि
अंगकोवळ्या कुडीत थेंब श्रावणातला...
भरीन मी असे तसेच रत्न कंचुकीत या,
अंगणात जोवरी तुझ्या कुळातली दया...

Take my wine in my own cup, friend,
It loses it wreath of foam
when poured into that of others.

Rabindranath Tagore

चंद्रमाधवीचे प्रदेश

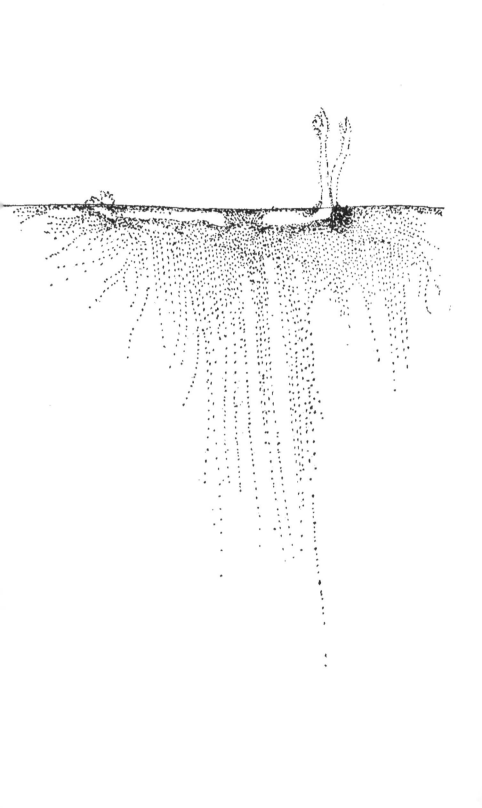

३. सूर्यास्ताचे पाणी

गाणे

घनांनी वाकलेला मी
फुलांनी झाकलेला मी
जराशा मंद स्पर्शाने
मनाला कंप का सुटतो?

कधीचे रूप भिजलेले
तमातिल गार वनराई
नदीच्या शुभ्र धारांनी
नदीचा ऊर का फुटतो?

मनातुन वाहणारी ही
युगांची आंधळी गाणी
जरासे खोल बघताना
गळ्यातुन शब्द का फुटतो?

चंद्रमाधवीचे प्रदेश

थेंब

कधी कधी खोल
तडकते पाणी
रडे वेड्यावाणी
आभाळही!

चाहुलते वाट
बरळतो वारा
शून्यावर पारा
स्थिरावतो!

वर्दळीला येते
निळे रितेपण
सोनियाचे क्षण
वेचावया!

आणि वळचण
निजे अंधारात
माझी मला साथ
एकट्याची!

अशा वेळी येता
ओसरीला थांब
अश्रुविना थेंब
सांडवाया!

त्रिवेणी

१. दु:ख

कसल्या दु:खाने   सुचते हे गाणे
गळ्यात पाने   झाडांचीही?
वेळ जरी साधी   सूर्य ढळलेला
मनी उरलेला   सांजपणा.
उठा कावळ्यांनो,   करा वाटचाल
कधी उजाडेल   देव जाणे!

२. जाग

उगवले आहे   तुळशीचे रोप
तशी आपोआप   जाग आली.
अश्रुसारखेही   नाही माझे डोळे
हळदीने पोळे   अंग माझे!
पंख नाही तुला   पाय नाही मला
पाऊस हा आला   वळिवाचा...

३. धुराळा

दिशांचा धुराळा   उतरला खाली
क्षितिजाची झाली   दृष्टी माझी!
शब्द झाले वाटा   अर्थ झालं काठी
आंधळ्यांच्या हाटी   पायपण!

चंद्रमाधवीचे प्रदेश

तीन अभंग

१

अर्धा माझा भास,   अर्धसत्य तुझे
त्याच्यासाठी ओझे   आभाळाचे
माझ्या तंद्रीविण   तुला दु:ख नाही
तसूतसू साही   जडपण

२

कागदाची होडी   शीड पालविते
माझे सुख जाते   देशांतरा
पूजायाची आता   उरलेली रात्र
थेंब झाले गात्र   श्रावणाचे

३

अंधाराला नाही   निजायाचे भान
गोंदविते मन   जन्मखुणा
इथूनच माझी   निसरडी वाट
उताराला थेट   बिलगते

रामधून

एका क्षणापोटी, तुझा माझा जीव
नाही दुजा भाव
दुखवला शब्द, तुझ्यामाझ्या पार
अंधाराचा हार
वाहणारे पाणी, तुझी गुणगुण
माझी रामधून

प्रार्थना

उठा दयाघना लावा निरांजने
देहातले सोने काळे झाले
झोपेतले जीव झोपेतच मेले
आभाळचि गेले पंखापाशी
इथे नागव्याने शोधावा आचार
जैसा व्यभिचार जोगिणीचा
उष्टावली पोर हिंडे दारोदारी
तैसे माझ्या घरी नारायणा
पंढरीचे पेठे रात्र मोठी वाटे
दगडाला काटे फुटलेले
गोंजारून घे ना! माझे हे लांच्छन
रक्ताला दूषण देण्यासाठी

मर्म

ज्याचे त्याने घ्यावे
ओंजळीत पाणी
कुणासाठी कोणी
थांबू नये.

—असे उणे नभ
ज्यात तुझा धर्म
माझे मीही मर्म
स्पर्शू नये.

वाटेपाशी

रात्र थांबवुनी असेच उठावे
तुझ्यापाशी यावे क्षणासाठी!
डोळियांच्या व्हाव्या वेड्या गाठीभेटी
आणि दिठी दिठी शब्द यावे!
तूही थेंब थेंब शब्दापाठी द्यावा
अर्थ ओला व्हावा माझ्यासाठी
आणि उजाडता पाठीवर ओझे
वाटेपाशी तुझे डोळे यावे!

एक

एक हात तुझा एक हात माझा
जसा शब्द खुजा शब्दापाशी
एका हृदयाला एकच क्षितिज
आकाशाचे बीज तुझ्या पोटी...
एका कुशीसाठी एकाचे निजणे
बाकीची सरणे स्मशानात!

वाटा

माझ्या मनापाशी
चैतन्याचा क्षण
निळी आठवण...

बाभळीचे डोळे
डोळ्यांतला काटा
माझा मला वाटा!

मरलीन मन्रो

आवर्ताच्या नृत्यभूमीत भटकणारा एक पक्षी
तसे तुझे केस. पक्षी मला आवडतात त्यांच्या
रक्तबंबाळ तऱ्हांमुळे. मैलोगणिक ते उडत
जातात, त्या वेळी वरच्यावर अलगद उचलून
धरातत सूर्यप्रकाश; आणि मग सर्वत्र
संधिप्रकाशाचा प्रदेश: The Region of twilight!

तशीच माझी खोली. पूर्ण संधिप्रकाश. काळीजभर.
रविशंकरची तन्मयी मुद्रा दक्षिणेकडे. आणि पूर्वेला
माझे भले मोठे ऑईल पेन्ट. आत्मगौरवाची संथा.
सोफ्याच्या रंगातील सावल्यांच्या लाटा, शेल्फवरील
फ्रँका सॅगाची फक्त तीन पुस्तके आणि माझ्या
अंगभर वाजणारे तुझ्या आत्महत्येचे दरवळ...

या नि:संग आरसेमहालातून भटकताना दिसणारे
डोळे. तुझे. साठवणीच्या दारूत बुडवून काढलेले.
आत्महत्या म्हणजे एक ऑर्केस्ट्रा किंवा त्वचातंतूंचे
एक जाळीदार शिल्प. तसेच पुढे नायगाऱ्याचे पाणी...
मुद्रेवरील ख्रिस्तखिळ्यांची वाजणारी नाणी...
माझ्या खोलीचे क्षेत्रफळ म्हणजेच The region of
twilight- स्कॉटिश नृत्ये आणि स्पॅनिश गाणी...

इनोसन्ट एलीस

ही सूर्यास्ताची राने, मेघांच्या रंगाविनाशी आवेगाचे
वणवे; दिशांच्या स्मरणातून गळून पडतात.
वेल्लोर हॉस्पिटल आणि काटपाडीच्या स्टेशनातून;
निर्मनुष्य उदासीचे पक्षी माझ्याकडे धावू लागतात.
संध्याकाळची त्यांची कमाई म्हणून मी माझे
प्राण त्यांच्या चोचींनी खुडू लागतो...
इनोसन्ट एलीस माझ्या कॉटसमोर उभी आहे,
आणि क्षितिजाच्या शपथेने, माझे आयुष्य
तिच्यासमोर पसरले आहे; पसरले आहे, हे
असह्य आभाळ रक्तावर, प्रारब्धावर...
शरीराचे दुःख शोषून घेणारे तिचे डोळे...
अशी निळाई सर्व
खोलीभर पसरून राहिली आहे...
मृत्यूच्या आसवांची ओल असेल किंवा नसलेल्या
आभाळातून, इथे आलेला आवर्ताचा पाऊस असेल.
वॉर्ड्स आता स्तब्ध, आणि स्तब्धताही मुकी;
जशी फुटू नये दुःखाला कळ; कळांची हृदयभेदी
हाकही विरून जावी, दूर देशीच्या समुद्रगंभीर
वादळात... इनोसन्ट एलीस! केशराची झाक असलेले
तिचे अस्तित्व माझ्यापुढे; काटपाडीच्या स्टेशनातून
धावणाऱ्या गाडीची, विश्वप्रतारक किंकाळी...
भयाण पोकळीच्या भीतीने मी तिला कवेत
घेण्यासाठी उठतो आणि माझे हातच बिछान्यावर
तुटून पडलेले असतात...
हॉस्पिटलच्या आवारातच परम कारुणिक ख्रिस्ताचे एक
छोटेसे चर्च आहे. एका सार्वभौम संध्याकाळी, गुलाबाच्या
झाडाची रंगभोर डहाळी हातात असलेली, इनोसन्ट एलीस
अनेकांनी पाहिली.... कन्फेशन्सच्या प्रसंगीचे, मावळतीचे
क्षितिज मात्र मला नाहीच दिसले.
धुक्याचे थडगे माझ्याभोवती कणाकणाने जमत होते.

दौलतराव गोळे

एका मावळत्या संस्कृतीचा वारसा घेऊन फिरणारे
तुम्ही. एकाकी. जीव व्याकुळ करणारा प्रत्येक
प्रयत्न असाच एकाकी असतो म्हणतात.
वैशाखातील एका संध्याकाळी मी पाहिले
तुम्हाला रहदारीतून एकटेच जाताना.

वैतागाने विरक्त झालेल्या प्रॉफेटांच्या या
निर्जन प्रदेशात; प्रदीर्घ अंतरामुळे ऐकू येत
नाहीत, व्हिएतनामचे बाँबवर्षाव; दिसतही
नाही मार्टीन ल्यूथरच्या कातडीतून डोकावणारा
काळाकभिन्न सूर्य...
अवती-भवती कोणी नाही हे पाहून मी
पाजळून घेतले माझे आत्मवैराण वक्तृत्व
तुमच्यासमोर.

लपवता लपवता दमछाक झाली तेव्हा तुम्हालाच
दाखविले माझ्या डोळ्यांतील पाणी. ज्ञानेश्वर-
चक्रधरांशी आत्मसंवाद करताना लागलेला
या वास्तूचा लळा. अरण्यात दगडाची एकेक शिळा
आणि असेल रामायण तर ते तुमच्या चरणाला.

आरती प्रभु

यह मरतब बलंद मिला जिस को मिल गया।
हर मुद्दई के वासते दारी रसन नही ॥

असे वाटते मृत्यु असतो सख्या रे
सतीच्या खुनासारखा पोरका;
जळाच्या भयाने दुभंगून गेली
सुन्या स्वप्नपारावरी द्वारका...

समुद्रावरी मी तुला एकदा रे
दुपारीच वाळूत ओवाळिले;
मला शोधणारी रडे अंध विधवा
जिचे गर्भ माझ्या घरी वाढले...

तुझा मंद पावा तुझी दीर्घ राने
तुझी ज्ञानदेवीय जी आर्द्रता;
तिच्या सावलीचे निळे चंद्र माझी
पुन्हा मागती का मला संहिता?

असा एक सूर्यास्त अंगावरी ये
मला वाटते मीहि भारावलो;
दिवेलागणीच्या तुझ्या खिन्न वेळीच
हे गाव सोडून मी चाललो...

कुणाला म्हणावे तुझ्या मेघमाळा
मला चिंब होऊन रे दाखवा;
जुन्या वैष्णवाने घरी आणल्या ना
मला शैव समजून या पादुका...

रेस्टॉरंट रेक्वीयम नावाचे

जपानी बांधणीचे रेस्टॉरंट, पहाडीच्या निमुळत्या वाटेवर
उंच आणि भेदक वृक्षांचे डोळे सदैव त्यावर रोखलेले.
बर्फपाताचा ऋतू, रहदारीचे आयुष्य उजाड झालेले
भोवती...
राजघराण्याचा लिलाव म्हणजे काळाची लूट आणि त्यातून
उचललेला, सिसमच्या लाकडाचा भरदार एकाकी पियानो.
चार दिवसाचे जीवन तशी चार माणसे, दोन संवादाची
आणि दोन गणिताची. बाकी पियानोतून उठणारी अद्भुत
स्वरमालिका; आसमंताला व्यापून निवांत करणारी....
दोन माणसे, समोरासमोर बसलेली, कॉफीला तरंग नाहीत
आणि यांना चेहरे नाहीत; चैतन्याची संगमरवरे झालेली...
चकाकणाऱ्या धातूचे काउंटर, अधांतरी हलल्यासारखे
भासू लागते. कुठेतरी नैसर्गिक उत्पात घडून आल्याच्या
वार्तेने घाबरलेला वेटर, पटापट दिवे मालवू लागतो.
आणि पियानोचे सूर घुमत असतात रात्रभर...

१३४   चंद्रमाधवीचे प्रदेश

लेकसिटीतील हॉस्पिटल

लालसर स्वप्नसूर कूस बदलतानाचा
किंवा देहाचा; वस्त्रांतून निमूटपणे पारदर्शी...
मैलांचे दगड, उंचीचे वृक्ष-सरोवरांचे शहर!
लेक-सिटी ज्याला म्हणतात, तिथे असतात प्रहर?
प्रत्येकाच्या हृदयातून सांडत जाणारी कमळे,
भुईचा स्पर्श नाही म्हणून पुन्हा हृदयातच तळे
झाडांना ऋतूंची साथ नाही, देखावा असा अतूट,
उतरणीच्या कित्येक आरशांत सोनेरी पक्ष्यांची लूट...
मध्यरात्री लागणारे एखादे निर्मनुष्य स्टेशन,
अंगभर तुझा चेहरा, तावदानावर घसरलेले चुंबन.
लेकसिटी म्हणजे सरोवरांचे शहर, जसे तुझे रूप,
देवाने घडविलेले सार्वभौम संगमरवरांचे स्तूप...

वैराण वसतिगृहाचे शोकगीत

शब्दांच्या हृदयात, दैवी उदासीनता भरणाऱ्या संधिप्रकाशात,
गळत आहेत माझ्या वस्त्रांवर; स्पर्शप्रारंभी प्रारब्धाचे थेंब.
कविता आणि तिची भावदर्शने, खिडकीच्या काचाशी जो
रंग सूर्याच्या अस्ताबरोबर वाहत जातो त्याची एखादी
प्रतिमा पसरून जातात. मला माझाही दुरून सुगंध यावा
अशी तू; स्वत:समोर बसून आपुल्याच पैंजणांचे
नृत्यमंद अंत कोरीत आहेस....

दृष्टीच्या काठाशी पहाड, तशा या इमारती, आत्यंतिक त्यांची भव्यता,
श्रावणाच्या बेबंद सरींतून फुटून निघणाऱ्या एकाकी लयीप्रमाणे तिथले
शरीरसंप्रदाय. या हॉस्पिटलपासून तुझ्या नशिबाच्या अंतरावर
असलेले वृद्ध चर्च, त्याच्या संवेदनमुधर घंटेचे तुटलेले मणी तुझ्या
तन्मयी पायाशी येऊन पडतात... 'जेनी'च्या आत्महत्येप्रमाणे मोक्षाच्या
काठावर उभे असलेले तुझे चरित्रस्पंदन... या वसतिगृहातील साऱ्या
रेषा अंत:करणाच्या दिव्यांनी उजळणाऱ्या अंधाराकडे निघाल्या आहेत...

आता, शिशिरासारखा, आपुल्याच विरक्तीचे देखावे पालटणारा
एकरंगी अंधार तुझ्या डोळ्यांपाशी आहे. ते डोळे; निळे गर्द असूनही
फिकट जांभळ्या हंसनारायणीच्या सतारी त्यांच्या कर्मातून कलंडतात...
माझ्या विभूतीपूर्ण हातांनी मी हा पाचोळा वेचून घेईन, लावीन तेथे
शिशिराच्या साक्षीने दुसरे झाड आणि या वैराण वसतिगृहातील
एखाद्या शोकमग्न खांबात हाडांचा दगड ठेवीन, काळाच्या स्मरणातून
तुटलेल्या चांदणीसारखा...

दोन

रात्र बरीच झाली होती.
फक्त ठेवणीतल्या काही दु:खी
माणसांकरिता दोन मलूल वेश्या
नाचत होत्या...

त्यानेही मद्य घेतले, थोडेसे
आणि नंतर... खूप, परिपूर्ण.
त्याला वाटले, आपले घाव मद्यात
तरंगताहेत, बेटासारखे.

तो रडण्याच्या मूडमध्ये आला तेव्हा
उठवळ नृत्यांतून फुटून निघणाऱ्या
क्लॅरोनेटच्या स्वरांनी त्याला
घेरून टाकले. फुले जशी झाडांना!

त्याला तशातही एक गंमत आठवली.
तिच्याबरोबर हातात हात घेऊन तो
फिरायला निघाला. चर्च आले तेव्हा
प्रार्थनेसाठी ती थांबली; आणि
तिची वाट पाहत, भरलेल्या मेघासारखा,
तो बाहेर उभा राहिला...

ती परत आल्यावर पुन्हा हात गुंफलेत.
बारजवळ येताच तो थांबला, त्याने
तिच्याकडे पाहिले आणि आत गेला,
तेव्हा ती बाहेर उभी राहिली.
चातकासारखी...

चंद्रमाधवीचे प्रदेश

यात्रा

अजून पाझरत आहे पणतीचा स्नेह
चंद्रमौळीत. दोन कोवळे थेंब
पापण्यांवर सांडले आहेत त्याचे.
किती शांतपणे दु:ख झोपी गेले आहे
माझ्या मनात? वाटुलीच्या कुशीतही
पाऊलपणाचा डोळा लागला असेल.
नि:शब्दात विलीन होण्याची आर्तपणाला
ओढ आहे.

दुरून पाहिले म्हणजे, अंधारावर
तरंगल्यासारखे दिसते हे शिवालय;
विसावला आहे पहाडांच्या कवेत ज्याच्या
कलापूर्ण शिल्पाचा आकार...
'तुला नाही वाटत आभाळ सरकल्यासारखे?
मेघ घसरतात जसे वळवाच्या निरसड्या थेंबावर!'
चाहूलही असेल ही एखाद्या अज्ञात युगाची...
'तू काल यात्रेला गेली होतीस ना?
हळदीवर पैंजणे माळून : पदरात अंधार गुंतवून!'
हौसेला मोल नाही म्हणतात; पण आसही हाच
आहे तुझ्या चक्राकार गतीचा.
'अहेवीच्या लेण्यात ही काळी पोत कशी आली ग?'
मुलुखाची विसराळू आहेस तू
पण आवर हा सारा पसारा, उद्या सकाळी पाहीन मी.
फार फार थकलो आहे ना...

१३८

चंद्रमाधवीचे प्रदेश

कौलांची घरे

सारे क्षण जडावून जातात
गती विराम पावते;
तरीही विकलपणा तरल भासतो...
दूर दूर पळणारी देवळांची
निमुळती शिखरे, भिजून निघतात
डोळ्यांच्या मायेत...
भयाण वाटते संध्याकाळचे
मुकेपण: भुरभुरत येतो क्षितिजावर
काळोख, आणि धुक्यात विसरल्यासारखी
दिसतात कौलांची घरे...

चित्र

चंद्रकिरणाच्या स्पर्शाने पाने हलू लागलीत
तरी हरवू नकोस;
तशात धुकेही पडले असेल सुकुमार,
वंशवनातील मुरलीसारखे.
स्तनांच्या ओंजळीत गच्च मिटून घे
दु:खाला बिलगलेल्या मायेचा अभिसार...
अशा वेळी एखादा पक्षी अलगद
उडून जातो शांतीला तडे देत...

चित्रबंदिनी

ही रात्र अशी, नक्षत्रधारांनी व्याकुळलेली;
जसे सुरू असावेत वाऱ्याच्या
अभंग धारांतील फुलांचे
दीपोत्सव...

तू इथे उभी, जसे माझ्यापुढे आत्यंतिक
आषाढांचे विनाश; जसा एखादा श्रावणातला
ढळलेला प्रहर आणि,
कुठेसे उमटणारे शुद्धमतीचे सूर—
'हाड-मांस को देह मम तापर जितनी प्रिती,
तिसु आधी जो रामप्रति, अवसि मिटिहि भवभीति...'
माझे इथून जाणे : वैशाखात उधळणारे मृगांचे
कळप आणि स्तनांवर उगवलेले पिवळेगार गवत;
दर्शनात वितळलेल्या दुःखासारखे उदासीन
असू दे.

चैतन्यवनात विझलेल्या हंसगीतांच्या एखाद्या
ओळीत पुरून ठेव;
अस्थींवर पसरणारा हा हिरवा प्रकाश...
तसे अजूनही उभे आहे, हे क्षितिज,
आकाराच्या निर्गंधासारखे काठोकाठ...
मेघांवरील हे अश्ववाही रंग,
आणि चंद्रशिल्पांतील सारंग, असेच
नाहीसे होतील!

पण असू दे, या निष्पर्ण अवकाशात
तुझ्या रक्तारक्ताचे पहारे;
कदाचित चित्रबंदिनीच्या डोळ्यांतील
महादुःखाची निरांजने,
ओघळून पडतील...

पक्षी

शब्दापेक्षाही
अर्थाचा नादगुण मला
उदास वाटतो.

देहातून आरपार
गेलेला वाराही मला
निमूट भेटतो.

फुलांची नावे
मला कधीही आठवत नसतात.
वनवासात संपलेले दिवस
कुठेही भेटत असतात.

अंधारून आले
संध्याकाळ असेल तर?
तुझ्या मागचा पक्षी
हृदयात बंद कर.

चंद्रमाधवीचे प्रदेश

झाडे

दूरवर पसरलेली झाडे,
महमंदाच्या प्रार्थनेसारखी लांब, प्रदीर्घ
मावळतीच्या रथात बसून, सूर्य
सागर-तीर्थाला निघाला म्हणजे, दिशांच्या
प्रवाहांतून सावल्यांचे कळपच्या कळप
वाहत येतात...
आकाशमार्गातून ओघळणारे पक्ष्यांचे समूह
त्यांच्या शाखांत अधिकच गडद होतात,
वनवासातील रामायणासारखे...
बुबुळांखालून स्पष्ट दिसणाऱ्या अंधारात,
त्यांची पाने हलू लागतात, डोलू
लागतात, आणि कित्येकदा त्यांच्या
पानांचा स्पर्श क्षितिजालाही होतो...

१४२

चंद्रमाधवीचे प्रदेश

शोक

सायंगंधाची सुकुमार फुले अंतरंग
उघडून बसली आहेत.
किणकिणत आहे, खडकांच्या काठावर
पाण्याची मधुवंती...
जपून, सांडवू नकोस, या सतंद्र धरतीवर
डोळ्यांतील सुखाचे श्वास...
निवांत असू दे; अंगपणाची प्रत्येक बाजू,
अंधाराच्या मऊ शाखांवर घडीभर झुलू दे,
दिशांचे दुःखी पारवे...
तुझ्या छायेत मिसळू दे, झाडांच्या प्रदीर्घ
सावल्या; इमारतीचे निकटवर्ती श्वास...
— आणि मग टेकू दे, अधिऱ्या वृक्षावर
त्या माझ्या, मावळतीच्या, शब्दव्यापी
पर्वतांच्या कडा...

आकृती

सारे आरसे फुटले आहेत,
विद्रूप झालेल्या प्रतिमांच्या आघाताने...
तरीही सुटत नाही; आकाशाला पारा
लावण्याचे व्रत... काळाच्या प्रत्येक
क्षणाची एक अप्रतिम समाधी!
या वाटेच्या गतीची लय तू आहेस!
भेगांच्या भाषांतून झरणारे मूर्तिमंत दु:खही
तूच आहेस,
म्हणूनच कोरले आहेत, माझ्या चरणांवर
धावांचे शिलालेख; जीर्ण झालेले वृद्धत्व
पाहून हसणाऱ्या बुद्धाच्या दु:खी
आकृतीसारखे...

हळदफेड

धर्मशाळेच्या वळणावर
एक जाईची वेल आहे.
गंधाला पान्हा फुटला म्हणजे वाटतं
तू देऊळ घेऊन धावत आहेस...
तुमच्या दुधालाच आशीर्वाद आहे
आत्मसमर्पणाचा...
तरी मी म्हणालोच होतो,
'तू न्हाली आहेस का?
मावळतीला बिलगणाऱ्या
सागरवेळेसारखी...!'
पाऊसकाळात निसरड्या अवकाशाच्या
काठाकाठाने, मी हळद फेडायला येईन...

१४४   चंद्रमाधवीचे प्रदेश

दुःख

१.

निर्वंश समुद्रावरील वाळवंटात उभे
राहिले की मला ऐकू येतात
माझ्या कविता.
एखाद्या प्राचीन साम्राज्याचा निखालसपणे
खचलेला भूभाग.
मावळत्या मिठीतील काळा करंद मोर...
दुःख सांगितले की हलके होते,
आकर्षक होते जगून दाखविले की!
मरून दाखविल्यावर
दुःख मिटते?

२.

स्वप्नलिपी वाचणाऱ्या प्रेषिताच्या खांद्यावरून
ढळलेला पक्षी थेट पडला
तो काळोखातच!
डहाळ्यांवर फार दिवसांच्या सुकलेल्या
चांदण्यांचे तेजस्वी व्रण होतेच,
आणि मग उशिरा रात्रीपर्यंत शहरातून
निर्घृण कत्तलीच्या बातम्या
येतच राहिल्या...

३.

आवड तरी कशी? दुःखद नक्षीची कविता,
प्रिय व्यक्तीचे प्रदीर्घ चुंबन;
ज्या खेड्यांत प्रार्थना भरत होती
तिथल्या विहिरीचे काळे पाणी;
उशीर झाला म्हणून लिलावात विकलेले
घर. मनाचे आणखी कोणते धर्म असतात?
रडून थकले की सगळेच जीव झोपी जातात!

संध्याकाळी

संध्याकाळी मागच्या परसात चक्क आवाज येतो
ओळखीच्या पावलांचा.
पणतीवर भिरभिरणाऱ्या वाऱ्यासारख्या
आठवणी गच्च दाटून येतात गळ्यात.

संध्याकाळी पाहायची असते हाडांच्या पारदर्शी भिंगांतून
गुलमोहराच्या झाडांची पेटलेली रांग.
असे का असतात बहर? रक्ताचीही त्यांना
अपुरी पडते सर?

संध्याकाळी झाडांच्या कुशीत गोळा होणाऱ्या
अंधाराशी सलगी जडत असते;
आपसूख.
इथून, तिथून सारखेच दिसत असते,
मरणोत्तर अंगणासारखे आभाळ...

संध्याकाळी अळेबळे काढून ठेवली जातात पायांतली
टचटचती जोडवी!
प्रसरण पावणाऱ्या शब्दांना असे कसे सुचून
जाते शहाणपण!
गळा, ओठ, डोळे, हात, पाय निमूटपणे येऊन बसतात
ललाटाच्या वळचणीखाली...

उदासिनी

या टेबलापासून तर खुर्चीपर्यंतचा सारा प्रदेश
अंधाराने व्यापून टाकला आहे.
तिथून अगदी शब्दाच्या अंतरावर
तू बसली आहेस सरू,
भगव्या रंगाची विस्तीर्ण साडी सर्वांगाला
लपेटून...
तुझ्या अस्तित्वाच्या प्रकाशात असा
भास होतो आहे,
दक्षिणेकडच्या कोपऱ्यात, अगदी तुझ्या
माथ्यावर रवींद्रनाथांचे छायाचित्र आहे...
माझी सारी नक्षत्रे वाऱ्याच्या दैवी
प्रवाहात न्हाऊन निघाली आहेत,
जशी शिशिरातील विश्वगहन स्तब्धता,
तुझ्या डोळ्यांखाली वर्तुळाने
जमा झाली...

—याच डोळ्यांच्या करपलेल्या सरोवरातून
एखाद्या वेळी अश्रूंचे थेंब ओघळतील
म्हणून, किती शांतपणे जळत आहेत
माझ्या हातांतील मातीचे दिवे...

चंद्रमाधवीचे प्रदेश

युवराजाची कविता

जवळिकेआधी मला
कोणी दूर केले?
शिशिरात आले
आणि बहरात गेले?

मला काही टिंबे हवी
हवी काही कमळे,
केशराच्या पाण्यामध्ये
सूर्य जसा गळे.

माझ्यामागे उभे कोण
दु:ख त्याला देऊ?
तोडूनही सावलीचा
वृक्ष कसा मऊ?

भिऊ नको तूही पोरी
युवराज भोळा,
वारा रडताना घ्यावी
अंगी सोनसळ.,.

चंद्र

हात विणावे हातात
गळा गुंफावा गळ्यात
स्तन कापून दुधाचे
थेंब जाळावे मातीत...

तेथे आकाश मोकळे
येते मातीही आंधळी;
माझे लावण्य सोडून
चंद्र स्मशान उजळी...

समुद्र

समुद्रा! तुझ्या धीरगंभीर पाण्यात
कोट्यावधी पाखरांचा गळा;
लळा पाजता लाट प्रेमार्त होई
तुला वंदुनी दे निळी फेनमाला...

वने ओस पडलीत आकान्त माझा
उन्हे गीत नेतील का धृपदी?
तुला भेटण्याला निघाली तरीही
मधेच्यामधे आटली का नदी?

तुझे अस्त बंधो! जशी धूळ माथी
किती सूर्य झोळीमध्ये साठले
मुक्या राउळांच्याच जलखिन्न छायेत
गर्भास दे तू फुटू पाउले...

तुझी सांजवेळा कशाने उदासी
अशी वृद्ध झाली मनासारखी?
तिला वाटते आज ब्रह्मांड व्हावे
सुनी मोरपंखी सुनी पालखी...

वाळू तुला प्रिय झाली कशाने
ललाटाललाटात का या फटी?
जसे फूल झाडावरूनी गळावे
जळाला तशी घाल तूही मिठी...

चुडे

किती उदास वाटते किती उदास अक्षरे नि
दीप मालवूनही कशास थांबली घरे?
काच कापली म्हणून खाच राहिली पुढे
एकतारि वाजवीत कोण सारखा रडे?
थांब तू मुसाफिरा ललाट धूळ मागते नि
कोसळे कड्यावरून ते धुके किनारते...
ओंजळीत चंद्र ये तिला दिसे न चांदणी
खुळी स्तनात झाकला पुन्हा पुन्हा बघे मणी...
दिशा भरून ये तिची दया तमास एकदा
रिते भयाण पात्र की नदीत कोरडी चिता?
पाठ जोगिणीपरी न रत्न तोडले खडे,
स्मशान वाजवी जसे सतीस जाळता चुडे...

१५० चंद्रमाधवीचे प्रदेश

गणगोत

साऱ्या इंद्रियांची माया
आज गोठली प्राणात;
पंखाविण चढायाचा
तुझ्या आभाळाचा घाट!

आज दु:खाला लागली
भोळ्या उर्मिलेची ठेच,
भग्न शब्दांच्या ओठांत
रित्या आशयाचा घोट!

आज तुझ्याच हातांनी
माझे तुटायाचे पाणी;
कोणी अभंगाच्यासाठी
होऊ नये इंद्रायणी...

आता येऊ दे मरण
देही पडतिल हात;
बहु दुरून आले रे!
माझे सारे गणगोत.

मंदिरे सुनी सुनी

मंदिरे सुनी सुनी
कुठे न दीप काजवा
मेघवाहि श्रावणात
ये सुगंधी गारवा.

रात्र सूर पेरुनी
अशी हळूहळू भरे
समोरच्या धुक्यातली
उठून चालली घरे.

गळ्यात शब्द गोठले
अशांतता दिसे घनी
दुःख बांधुनी असे
क्षितीज झाकिले कुणी?

एकदाच व्याकुळा—
—प्रतिध्वनीत हाक दे;
देह कोसळून हा
नदीत मुक्त वाहू दे!

चंद्रमाधवीचे प्रदेश

वारा

जेव्हा अंधारून येतो
सारा अतृप्त पसारा;
कुण्या अबंध जन्मांचा
पक्षी साठविती चारा?

जागोजागी पडलेली
गंध नसलेली फुले;
जसा विश्वात नसावा
तुझ्या दिठीला निवारा!

माझ्या मनापाशी भिंती
मागे ओढती कवाडे;
जरा उचलता पाय
पुन्हा उसळतो वारा!

सखी

सखी निघाली आभाळातुन
बकुळ फुलातुन वाट गळे
टिंबटिंब संध्येचे गोंदुन
तिच्या दिठीने तम उजळे

आसक्तीचा घट माथ्यावर
दूर दिशा हलती
अवकाशाच्या हिंदोळ्यावर
कोण गडे झुलती?

लज्जेसाठी शरिर पांघरून
उभी सखी तिमिरात;
संगीतमय झाडांचा मोहर
तिच्या गळे पदरात...

झिमझिम पाउस कुठे पडावा
तशी सखी दुखियारी;
श्रावणरात्री तिच्या स्तनांतुन
चंद्र फिरे जरतारी...

कमळाचा मृदु देठ तुटावा
तसे सरोवर हलले;
इथे सखीने अंगावरचे
दीप हळू फुंकरले...

खोल उठे काळाचा गहिवर
जळे सखीची चिता;
एक विराणी घेउन मृत्यू
सदैव फिरतो रिता!

सतीच्या शब्दांनो !

सतीच्या शब्दांनो, कुठुनि धरता शोक असले
मुक्या अंधाराशी विणत बसता दुःख कसले?
इथे दारामध्ये कबिर निजला आज थकुनी
जसे उद्भासाचे गगन गळते मंद वरुनी...
धुक्याने वेढावी करुण नगरी खोल बुडता
जसे नेण्यासाठी स्वजन जमती प्राण उडता!
उभ्या झाडांनी का म्हणुनि धरली वाट हळवी?
मला माझ्या हाती धरुनि सखये मीच मळवी!
वळे शुन्यावरुनी सभय गंगा देवसरिता
ध्रुवांनी तोडावे वळण अपुले बर्फ फुटता;
सतीच्या शब्दांनो, नयन उघडा रंग उडले
चरित्राचे माझ्या हसुनि मिटवा ग्रंथ सगळे!

प्रीस्ट

...हे रूप सनातन, प्रकाशपूर्ण,
गेलेली पावले परत पाहिलीच
नाहीत अजून;
बिंदूपासून स्पर्शापर्यंत...माझे
डोळे भरून येतात.
मावळतीचे मेघ समुद्ररेषांत
सरणारे;
इथे नाहीत धूळ मिसळले नाद,
असहिष्णु शंकाही...
फक्त संध्याकाळी मोकळे सुटलेले कंठ
आणि माझ्या मनातील एखादा प्रीस्ट...

रस्ते

...या दु:खाचे आकाश=ध्यानही, अचेतन
वाळूच्या असंख्य कणांसारखे संज्ञाहीन
वाटते...
जेव्हा संध्याकाळच्या सावल्या झडू
लागतात; काळोखाचे नादवाही प्रवाह चढू
लागतात; तेव्हा आपल्या मनात लांबच
लांब पसरलेले निर्मनुष्य रस्तेही जुळू
लागतात...
आषाढविरहित रात्रीच्या उत्तरार्धात विदीर्ण
झालेल्या पांडुरंगाच्या देवळासारखे...

द्रौपदी

शिरे मंद अंधार फांदीमधूनी
पुन्हा वृक्ष त्यातून रातांधळे;
कांतार-शिल्पातली गोठलेली
सुगंधी फुलांची जुनी वादळे...

शिरे डोंगरी, राउळी धर्मशाळी
धुक्याची निळी नागमोडी दरी;
जिये हाक जाते तिथे कावळ्यांनी
उभा राजवाडा धरावा उरी?

मला आठवे दग्ध माध्यान्ह माझा
हले जन्म गाई जशा गोकुळी;
तुला ये रडू कोणत्या साजणाचे?
वनी चंदनाच्या उभ्या बाभळी...

तिथे द्रौपदीच्या दिठीला मिळाले
सुन्या अंतराळातुनी चालणे;
नको रक्तगुंफेत शिंपून जाऊ
तुझ्या चंद्रओटीतले चांदणे...

खेळ

दिले अंगण खेळाया
खेळ मांडला मी देवा
माझ्या खांद्यावर एक
फुली फुलला पारवा...

वर पाहताती डोळे
तुझे नागवे अंबर;
कुण्या सागरमहाली
निळ्या लाटांचे झुंबर...

खेळ तुटेल म्हणूनी.
किती पसरिल्या हाका;
सारी निर्जन राहाटी
मला समजते मुका!

भुली भुलला पारवा
गेलो बुडवाया जळी
तेथे नदीच्या पाण्यात
दिसे मेलेली मासोळी...

पहाडाच्यापाशी गेलो
तेथे तमाचा गिलावा;
आणि त्याच्याही पल्याड
उभा झाडांचा मेळावा...

मग थोड्याशा प्रेमाने
माझे कातडे सोलले;
अंगअंगी दाटलेत
रक्तचंदनाचे मळे...

तसे उठले आभाळ
मोर नाचाया लागले,
आणि एवढ्याचसाठी
माझ्या डोळा पाणी आले...

चंद्रमाधवीचे प्रदेश   १५९

घात

मन कशात लागत नाही
अदमास कशाचा घ्यावा?
अज्ञात झऱ्यावर रात्री
मज ऐकू येतो पावा!

श्वासांचे घेउन बंधन
जे हृदय फुलांचे होई
शिशिरात कसे झाडांचे
मग वैभव निघुनी जाई?

सळसळते पिंपळपान
वाऱ्यात भुताची गाणी;
भिंतीवर नक्षत्रांचे
आभाळ खचविले कोणी?

मन बहरगुणांचे लोभी
समईवर पदर कशाला?
हे गीत तडकले जेथे
तो एकच दगड उशाला!

चल जाऊ दूर कुठेही
हातात जरा दे हात;
भररस्त्यामध्ये माझा
होणार कधीतरि घात...

संत

येणार तू कशाला इथली उजाड गावे
माझेच गीत माझ्या हृदयात ना समावे.

झाडांत पान मिटले त्याहून दूर कोणी
माझ्या घरासभोती भरले तुडुंब पाणी.

उद्यान नष्ट झाले कुंडीत दोन बागा
विजनात बेट असले आतील थक्क जागा...

अंधार नर्तकीचा खोली भरून वाहे
पुतळा करून माझा मी एकटाच राहे!

कंठात आटलेल्या नभपेटल्या दुपारी
खुर्चीवरील छाया उठली असून भारी.

ही रीत जाणतो मी पाऊल टाकण्याची
कवितेत नष्ट झाल्या शब्दास धुंडण्याची...

चंद्रमाधवीचे प्रदेश

ऐसा सराव माझा कुंतीस सांधणारा
छायेवरून हाडे हुडकून काढणारा...

ती वाकली जराशी ये मोगरीस गंध
खिडकीवरून वारा गेला पुन्हा संबंध.

सुनसान मंदिराची मेंदूत एक घंटा
रोखून नाद धरितो घुमटापरी ललाटा...

मूर्तीपरी स्वयंभू आतील दुःख फुलते
आंघोळ नागव्याने मग ती करून येते...

घनदाट ऊद वितळे केसांत वृक्ष दडती
घे गच्च ती पिळूनी अपुली अनाम कांती...

दोरीवरील बगळा की पारवा कळेना
त्याच्याकडून खुडते ही सांजभोर वेणा...

ग्लानीत भास माझे झाले विदग्ध सत्य
आई! तुझ्या मुलांतिल हा एवढाच संत...

१६२

चंद्रमाधवीचे प्रदेश

सूर्य

थकलेला सूर्य कुणाचा?
ये नीज तुला या वेळी?
निष्पर्ण झाड चाफ्याचे
फांद्यांची बांधुन मोळी!

पाठीच्या मणक्यांमधली
निस्तेज खुणेची बिंदी;
घरट्यांतिल अंडी खाते
चकवून पिलांना मादी...

स्मरणावर पसरुन झाले
छोटेसे शहर विशाल;
सर्वत्र उधळला दिसतो
संध्येने रंगगुलाल...

काळीज अनावर माझे
पाण्याहुन व्याकुळ झाले;
उलटून आतडे कोणी
रचनेचे सूत्र उसवले...

सरहद्द आखता माझी
काळोख पुलावर भासे;
रेतीतुन छातीवरती
चढतात कोवळे मासे...

चंद्रमाधवीचे प्रदेश

सावली

सांजवेळेची पाहून तिला बायांनी घेरले
कधी जाणार यात्रेला? शब्द पाठोपाठ आले!
घट्ट लाजेचा देखावा त्याला पोटाचा उभार
जसे वळवाचे पाणी हिंडे शोधीत उतार...
नाव ललाटाचे एक, दुजे अंगोअंगी झाले
चांदणीच्या सुईपरी काटा गुलाबाचा फुले!
आयाबाया परतल्या हिला सोडून एकटी
तसा पेशींचा आरसा झाला दुःखाने पोपटी...
थडीदुथडीच्या गावा जसे पुराचे उधाण
राउळाहून गाभारा मला वाटतो भयाण!
होते सावलीचे वैरी ऊन लागलेले झाड
दिवेलागणीच्या वेळी येई जवळ पहाड...
झरे झरता झरता, रक्तमार्गात आटले
कुणी मांत्रिकाचे पोर जसे ठेचून मारले...
हात वेडावून तिने हाक दिराला घातली
दिवा मालवून उरे जशी भुताची सावली...

मांजर

खिडकीतून दूर बघावा
बगळ्यांचा पूल निमुळता;
प्राणाशी आली संध्या
अन् सूर्य दिसे मावळता.

अंधार साचतो जेथे
झाडांचा वैभवशाली;
त्या मठात कवितेमधल्या
शब्दांना नसतो वाली!

ढग काळा हळुच उतरला
की घट्ट विणीची लोकर?
छातीवर माझ्या निजले
ते होते माझे मांजर!

वाटीत बिशूचे दूध
कुलुपात बंद मी केले;
सखि तीक्ष्ण नखांनी उकरे
हृदयाचे कवच भुकेले...

डोळ्यांतिल काच वितळली
सखि, नाव तिला मी देता;
ती उचलुन घेते माझ्या
ग्रंथांतिल निर्जन रस्ता...

रुसले की हसले बाई
सखि, कृष्णकुळातिल मांजर?
लग्नात तिच्या मी देइन
अंधारभयाचे अंबर...

डहाळी

किरमिजि वळणाचा धुंद पाऊस येतो
निळसर कनकाचे दीप हातांत देतो!
हृदय सजविणारा मित्र नाही उशाशी
घरभर धन जाले आत ये ना जराशी!

नितळ मधुर माझे भात सारे कशाने?
सहज तरल व्हावे देहसाक्षी जडाने!
वणवण फिरणारा मांड दारात वारा
सरळ झडप घेतो पक्षि सोडून चारा.

गगन गहन होई प्रार्थनांच्याप्रमाणे
सतत घुमविणारी हाक येई पुराने!
तुजसम बुडणारी एक छाया दिसेना
स्वरविण वतनाची दुःख साधे रचेना!

मयुर विजनवासी उंच त्याचा पिसारा
बुडत बुडत गेल्या रुद्रवर्षेत तारा...
पदर पिळुनि चोळी वाळवावी निराळी
म्हणुनि धरुनि हाती चंदनाची डहाळी...

१६६   चंद्रमाधवीचे प्रदेश

भय

काटेसावरीचे भय तसे शरीर हालले
पार अंधारपाराचा कोण डोळियाने झेले?

पाणी निर्मळ मनाचे मन निर्मळ चांदण्या
काया हळदीची माझी कोण आले रे गोंदण्या?

नको फुलूस मोगरी पुरासारखे वेडाने
घडू जाता तुटू येती खऱ्या सोन्याचे दागिने!

अंगी निरंग होऊन किती लपेटू मी लाज?
जोगी राऊळी मांडतो ओळीओळीने आवाज...

आणि बाळाच्या मुठीत किती माळरान भरू?
वारा अंगावर येता कशी मागे मागे सरू?

एका जीवाच्या बोलीने तुझा कोसळेल खांब
हले झोपाळा सारखा चांदसावल्यांनी चिंब...

शब्द देवाच्यासारखे कसे त्यांना दुखवावे?
एका कवितेच्यासाठी नख गळ्याला झोंबावे!

रंगतारणीचा झरा नको ओढूस माघारा
माझ्या पदराचे शीड तोच होडीचा किनारा!

नक्षी वेलांटी होऊन जळे काशाची समई
जशी दुःखाच्या छायेला सांजवेळेची सनई!

धूळ दृष्टीच्यापासून लांब चालली भरारा
अडे पालखी जशी की, अर्ध्या वाटेच्या माहेरा...

चंद्रमाधवीचे प्रदेश

वंश

फिकट मधुर गाणे वृक्ष मंदार डोले
तुजविण विजनाला दु:ख कैसे मिळाले?

घरभर सरणाचे पात्र सांडून जाई
फिरुनि फिरुनि माझा वंश निर्वंश होई...

कुणितरि हसणारे दाट झाडीत गंगा
कुठून लहर बांधी एवढ्याशा तरंगा?

जलभय नसलेला वाळवंटात वारा
तळघर असल्याने केवढा हा पुकारा!

तनमन गणमात्रा दीर्घ आकाशभाषा
तरुघन बहराने झाकलेली विदिशा...

बुडतबुडत जाता सूर्य स्वप्नात येई
फिरुनि फिरुनि माझा वंश निर्वंश होई...

१६८

चंद्रमाधवीचे प्रदेश

द्वारका

चांदणीच्या देहापरी भरे पाकळीची वेळ
पाठीपोटी मेघ माझ्या वर झडीचे आभाळ!

दिठी ओळखीने चिंब जसा बिंबाचा आरसा
फुलाआधी कलिकेचा जीव घालवावा कसा?

देवकीच्या मांडीखाली किती कापसाचे तण?
ओटीपोटाच्या खालून गेली पाखराची धून...

कुण्या झाडाखाली तळे, कुण्या झाडाखाली झोळी
बांधे बैरागी आपुल्या आज हाडांची का मोळी?

टचटचल्या बोलाच्या माझ्या सवतींचा धाक
गेली रक्ताच्या रोखाने वीज मारूनिया हाक...

गव्हाएवढे चांदणे चोची चिमणीच्या आले
टिंबलागणीने जसा जीव कौलाराचा गळे...

देणे सुखाला ओळखे सुख दुःखाच्या सारखे
उंच आकाश झोपाळा? रान फुलांना पारखे...

वेली गुंडाळून नेती जादूटोण्याची बाहुली
आता तरी दान देगा! माझी फाटकी सावली...

गेल्या यात्रेत चढले लख्ख सोनियाचा घाट
त्याचा पायथ्याशी होते एक नगर विराट.

स्मरे अजून तेथला मला पाऊस लटका
इते तसूतसू भिजे वर कोरडी द्वारका...

भिंती

त्या दुःखाची नजर मिटविता
बुबुळांमधला उडतो पारा
मनात तडकून पडतो उघडा
नक्षत्रांचा शिल्प-पसारा

क्षण साधुन मी कण जुळवावे
मातीच्या क्षितिजाच्या अंती
आणि उघडता लोचन हळवे
शब्दांच्या आदळती भिंती

हृदय भरुनि आले

हृदय भरुनि आले ऐक माझी कहाणी
नितळ सर ढगांची वर्षली की विराणी
जळभर हंबरली सांजधेनू गळ्याशी
पिउनि परत आलो गार आत्ताच पाणी

अटळ सरण रंगे वृक्षनाळा कुणाच्या?
निळसर गिरिशिखरे दूर काठी वनाच्या
गगन झुकत गेले स्पर्श लांबून येती
पडवित निजलेला चंद्र माझ्या घराच्या

भरभर जमती हे मेघ प्राणात दाटी
सरळ लिहित जातो कोण कविता ललाटी?
हृदय भरुनि आले ऐक माझी कहाणी
मिटवुनि कमळांना कोण गाईल गाणी?

१७०

चंद्रमाधवीचे प्रदेश

पाऊस

कुठे निघालीस बाई; बघ अंधारून आले
काळ्या राक्षसासारखे ढग दिसाया लागले वारा
वेडापिसा झाला वीज जाळते झाडांना जशी
कुवाऱ्या पोरीची मत्त पेटली वासना सारा मुलुख
भिऊन चार भिंतींत दडला मुक्या गाईढोरांचाही
कोणी वाली न उरला तुला टाकून पळाला तुझा
गोरा भरतार
आता आपुल्या हातांनी दूर लोटला तू यार
तुझ्या अंगोअंगी त्याने दंश इंगळाचे केले
वीर्यभाराचे देहाला असे छिनाल डोहाळे
नथ आडव्या दांड्याची ज्याने नाकात घातली
भांग मोडून त्यानेच केली कुंकवाची होळी
कुठे निघालीस बाई जीव घेऊन मुठीत
तुला गाठेल पाऊस पूल-तुटल्या घाटात
सुखदु:खाचे सांगाती रक्त होईल पारखे
आणि रडेल मागुनी तेच घुबडासारखे...
माझे पुरुषाचे मन नको माहेराने तोलू
माझ्या बाहूत सावली नको तिच्याशी तू बोलू...
माझ्या अंगणात थांब लाव अंधाराचा मळा.
डोळे खुडून पाहावा असा पाऊस मोकळा

जळवंती

विरक्त रंग गर्दले नि दूर धावते हवा,
इथून पाखरास ने जसा लयीत गारवा.
वृक्षमग्न वाट ही शिवालयात संपते नि
ऊद भारल्या दिशेत कोण हाक मारिते?
खोल तेथली अजाण प्राणगर्भ खिन्नता,
लोचनी जळे हिरा मनास दु:ख स्पर्शता!
शून्य घाट भंगला दिठीत वाकल्या कळा नि
अंतरिक्ष शिल्प की हिमात गोठली शिळा?
नभावरी अपंग हात की स्तनास पूर ये?
जळात पाय वाजवी मराल चांदणे सये...
सुदीर्घ देखणे सुरू व्यथा अमर्त्य बावरी,
उजाड वक्ष हे रडे भयाण नादते दरी...

निरोप

मी खरेच दूर निघालो
तू येउ नको ना मागे;
पाऊस कुठेतरि वाजे
हृदयाचे तुटती धागे!

शेतावर ढग अडलेला
घे त्याला मागुन पाणी;
झाडावर कोकिळ येता
घे मागुन एक विराणी.

या फूलपाखरांनाही
ती पुरेल मरणावाचुन;
सगळ्याच ऋतूंना मिळते
दुःखाचे उत्कट दान!

भरपूर सोडली आहे
पडवीत निजेला जागा;
अन दूर तुझ्याहुन दूर
प्राचीन फुलांच्या बागा...

पिचलेल्या वेळूमधला
लगटेल तुलाही वारा;
पाऊस थांबल्यावरही
ताऱ्यांच्या पडतिल गारा...

उद्ध्वस्त मंदिरे येतिल
नजरेत तुझ्या दीप्तीने?
खंडांतर करते पक्षी
दिसतील तुला तृप्तीने.

माझ्याहुन गर्द मिठीचा
अंधार गळ्याशी येइल;
शिल्पास रूप देणाऱ्या
हातांचा विळखा होईल.

मी खरेच दूर निघालो
तू येउ नको ना मागे;
तळहातावरचा फोड
फुटणार अशा अनुरागे!

वेदनेस नसते वीण
पडछाया तुडवित जाणे;
अंगाइत फक्त मुलींना
तू सांग एवढे गाणे!

छाया

कोसळणाऱ्या वाऱ्यातुनहि
संतुर लहरी येती...
रक्त उमलत्या स्तनवेळेवर
सागर उलटून जाती...

मंद उतरत्या निमूट टळती
झाडे, जंगल, राया...
अंधारातहि स्पष्ट उमटती
कुठे सुगंधित छाया...

दिशा

कधि वेळेवर मंदिरघंटा
कधि मावळती किरणे
श्रावण समजुन कधि वक्षांवर
मेघ जांभळे धरणे...
लखख जांभळ्या स्तंभित रात्री
ऊद मुके घन् गाभारे
देहाच्याही दूर दिशेला
दगडांवाचून शिल्प उरे...

चंद्रमाधवीचे प्रदेश

विनाश

तुझी नक्षी ओली गगनरचनेतून फिरली
गडे मेंदीच्याही उचल चरणातून मुरली
झरा झरला तेव्हा कुणि न त्याचा शब्द धरला
सरींनी जाता जाता फिकट हळवा चंद्र पुरला...
इथे पाण्यावरही कधि न उठल्या मंद लहरी
मला विजनाचाही अनुभव नसे थांब पोरी!
धुळींच्या लोटांमागे दडून बसले काय घोडे?
कळीला येतो काटा रडुन सुजले झाड वेडे!
तुझी गावे नगरे सलग क्षितिजातून जाती
कशाने जमते तेथे अढळ नक्षत्रांत माती?
युगे पिकती तेव्हा बहर माझे संथ ढळती
विनाशाला नसती अतुट रक्तातील नाती...

कावळे

रुणुझुणु वाजत अंधाराचे
स्पर्श जगाला जडले
आणि कावळे काळोखातिल
गंध प्राशुनी भिजले...
चंदनवाटा बनाबनांतुन
दुःख-सावळ्या झाल्या
पाण्यावरचे नभ वेचाया
नक्षत्रांतुन गेल्या...

चंद्रमाधवीचे प्रदेश
१७५

कावळा

खांद्यावरून माझ्या काढू नकोस झोळी
पडवीत कावळा ये मुद्दाम सांजवेळी!
तो घाट संभ्रमाचा आहे नदीपल्याड
तुटला कडा धरूनी राहे उभा पहाड उंचीव
रून बघता काळे भयाण पाणी भ्यालीस
काय माये! ढकलील तो म्हणूनी?दु:खास
माझिया का दृष्टान्त सोसवेना खाऊन वेत
पहिले या मांजरीस तृष्णा शोधून काढले मी
ते कूळही करंटे पहिल्या वदास लागे
काळीज फार मोठे!रक्तात पेटलेल्या
डोळ्यांत चिंब छाया गुलमोहरास वाटे त्याची
जळेल काया इथला समुद्र नेउन बुडवून सूर्य
टाका मेघांतल्या जरीने मढवून अंग झाका
आणि तिच्या स्तनांवर ठेवून द्या निखारा
रत्नासमान मागुन चमकेल देह सारा...
दिसतात चांदण्यातुन रानात गूढ वाटा
माझाच मित्र माझा काढेल आज काटा!
झोळीत वस्त्र भगवे मी नागवा महंत श्वासांत
कोवळ्याही मावेल दीर्घ मंत्र
ये कावळ्या इथे ये! आहेस तू उपाशी
माझी खुडून खा ना प्राणातली उदासी
बघणार ना तुला रे कोणी इथून राजा
चोचीत पिंड घे तू सावत्र बाप माझा!

कावळे उडाले स्वामी

कावले उडाले स्वामी
तुम्हि भगवे अंथरले ना?
आकाश राहुटीवरचे
मग थोडे ढकलुनि द्या ना!

संन्यासिनी मेल्या सगळ्या
औदुंबरि कोकिळ आले;
पाकळ्या फुलांच्या गळती
पाण्यात बिंब फुटलेले

अभिसार गर्द रंगाचे
रानात सांज अडलेली;
कावळे उडाले स्वामी
देहाची संगत तुटली.

मयसभा डोंगरी भरते
की बालपणाचे रंग?
कावळे उडाले स्वामी
का उमलत नाही अंग?

ही धूळ माझिया माथी
दृष्टित धुक्याचे आठव;
की झाडे रडता रडता
शब्दांचे झडते आर्जव?

मी लहान होतो तेव्हा
मज एक कावळा दिसला;
तो पुन्हा आणुनी द्या ना!
मी मेघ एक थांबविला.

शिशिरात शुभ्र धारांचा
पाऊस परतला नाही;
ढग वितळुन जाता जाता
का वेड दिशांचे घेई?

तळहात-गोंदणी झाली
कावळे उडाले स्वामी;
हा घास पोचता करता
त्या रक्तशहाण्या धामी?

डोंगरदेऊळ

डोंगरदेउळ जरा सरकले घसरत गेले खेडे
वीज तळपली झरकन तेव्हा क्षणभर दिसली झाडे...
दूर कड्याहुन कोसळणाऱ्या जलधारांच्या रांगा
अशा अवेळी रक्तामध्ये वाहु लागते गंगा...
तमनक्षीने मन घडवावे तसा कोसळे पूल
रंग वेगळ्या स्फटिकजलाचे की खुडलेले फूल?
छप्पर झडले भिंती गळल्या फक्त राहिले दार
त्यात घराचा अडसर रोखुन बसली आहे खार...
किर्रऽऽ दाटला भग्न मोकळा प्रलयपूर्व एकान्त
तमगारि कोरिली अरण्ये हरिणींचे दृष्टान्त...
पाउस पाहुन तुझ्या मुखावर एक लहरशी आली
जसा कोवळा वारा हलवी अंगाईच्या वेली...
वाघ ओरडे बुडे सारखा पिसाळलेले पाणी
या पाण्याची कथा ऐकता नको दिठीवर पाणी...

ऊन

ऊन आकाशी लख्ख तापलेले
नेत्र माझे स्वप्नात शिल्प झाले...
इंद्रियांनाही गंध देत जाते
एक झाडाचे पान वाळलेले.

भासवेली शब्दांत चिंब झाल्या
आणि गाई पाण्यात थांबलेल्या
माणकांच्या रंगात पोळल्याने
कोण आले, रानात कोण गेले?

फुले वेचाया चाललो दुपारी
एकतारीचा आंधळा भिकारी!
सोनचाफ्याचा चंद्र आतड्याला
तेच माझ्या गीतास वृत्त झाले...

मोर माझ्या पाठीत वाकलेला
जसा मेंदीचा रंग वाळलेला;
तिच्या दु:खाची कूस उन्हापाशी
गाव आता मागेच राहिलेले!

दुसरा पाऊस

घरट्यांचे डोंगर रचता
बगळ्यांच्या तुटल्या माना;
झाडीच्या मागुन येतो
हा पाऊस माझा राणा.

निर्गंध पाकळीलाही
स्वप्नस्थ फुलांचा बाणा;
जो हसता हसता रडतो
तो पाउस माझा राणा!

धारांचे विटके शेले
त्यांनाही नसते कोणी;
आभाळ उचलल्यावरही
मेघांतून झरते पाणी!

कवटीच्या मार्गावरचे
ते शुभ्र निरांजन ढळले;
भिक्षेतिल दाणे दळता
हृदयाला कोण बिलगले?

नि:शब्द कधीतरि व्हावे
कवितेच्या संगावाचुन;
हा पाउस माझा राणा
शब्दांवर येतो चालुन!

मग नाद विलक्षण उठतो
मेंदीवर रांगोळीचा;
देऊळ अरण्यामधले
डोळ्यांवर रचते खाचा...

संज्ञेच्या पारावरती
चांदीच्या घंटा हलती;
हा पाउस माझा राणा
देहात बुडवितो नाती...

येताना कौतुक वाटे
भयभीत मिठीचे तुजला;
या चंद्रकुळातिल पक्षी
फांदीवर लटकुन मेला...

प्रीत

ही माझी प्रीत निराळी
संध्येचे श्यामल पाणी;
दु:खाच्या दंतकथेला
डोहांतुन बुडवुन आणी.

हाताने दान कराया
पोकळीत भरला रंग;
तृष्णेचे तीर्थ उचलतो
रतिरंगांतिल नि:संग...

दगडांनी झाकुन लेणी
दगडांचे पर्वत झाले;
वरच्यावर रान तरीही
बन्सीधर होउन डोले!

शपथेवर मज आवडती
गाईचे डोळे व्याकुळ;
घनगंभिर जलधीचेही
असणार कुठेतरि मूळ...

आकाशभाकिते माझी
नक्षत्रकूळही दंग;
देठास तोडतानाही
रडले न फुलाचे अंग...

समईचा परिसर इवला
घे कुशीत शिंदळ वारा;
देहाची वितळण साधी
सोन्याहुन लखख शहारा...

तू खिन्न कशाने होशी?
या अपूर्व संध्याकाळी?
स्तनभाराने हृदयाला
कधि दुखविल का वनमाळी?

शब्द

जशा उडती घारी गगन तितुके उंच जाई
तुझ्या हंबरणाऱ्या परत फिरवी सर्व गाई
अरे पंखांमध्ये घरकुल कसे; गडद खाई
अता वृक्षांनो सोडा नगर अपुले सांज येई!

तिथे समईपाशी थरथर उभा मुख्य वैरी
तुझ्या केसांना ये विकल कुठला गंध जहरी?
दिशांचा बैरागी ऋतुच कुणि की एक भगवा?
जसा दु:खामागेही अजुन येतो मंद शिरवा?

धुळींचे गाभारे भयचकित मी पाय झडले
फुलांच्या स्पर्शाने मृगजळ जसे फक्त रडले...
निळ्या घंटा हलती हृदयध्वनि कांतार ओले
तुझ्या गात्री की माझे बहर टळले स्वप्न झाले?

तुझी निद्रा नवखी नितळ तव अंगात येना
सतीच्या सरणाला रचुन अवघे रान देना!
कळ्या, मेंदू, पाणी हिमनग तसा शुभ्र हलला
कसा संध्याकाळी सहज मजला शब्द स्फुरला?

चंद्रमाधवीचे प्रदेश

देवचाफा

उन्हांच्या झळांनी जळे आंबराई
उडाले कुठे पोपटांचे थवे?
तुझ्या पाजलेल्या दुधाच्या भराला
जसे आतडे वाळलेले हवे...

त्वचेला झुगारून मेंदूत येतो
गळी दाटलेल्या सुखाचा दुवा;
जसे नष्ट झाल्या जुन्या देउळाला
निघाले कुणी घेउनीया दिवा!

उन्हाला दयेने किती भारलेले
तुजा देह सोन्याहुनी कोवळा;
असे भास आभास काही कळेना
उभी घार की हा उभा कावळा?

कसे आठवावे नदी आटली की
पडे भूल तृष्णेहुनी सावळी?
वाऱ्यातला मंत्र उच्चारताना
पुन्हा धीट झाली तुझी सावली?

तुझ्या दग्ध बाहूंतही या ढगाला
जमेना मला वेगळे गोंदणे;
तुझ्या दैवगंधांतल्या सांजवेळी
जसे देवचाफ्यावरी चांदणे...

घोडा

निजलेले नगर कधीचे
देऊळवातिही विझल्या;
डोळ्यांत टपोऱ्या याच्या
का सायंघंटा भिजल्या?

हा तसा पुरातन होता
पण होता रंगित घोडा;
मोरांच्या युद्धतिथीला
घायाळुन झाला वेडा!

केशरी दिव्यांची तंद्रा
प्रासाद उभा कललेला;
राणीच्या स्तनगंधाचा
ये वास इथे घोड्याला...

हिमगांधाराची गीते
मृत्यूच्या गणमंत्राला;
तटतटली शीर चिरूनी
राणीने नुपुर दवडला...

तो तसा निघे शोधाया
आयाळ लहरली शिसवी;
आाकश जसे मेघांना
ऋतुरंग देउनी सजवी!

वाटेत नद्यांना सगळ्या
मग पूर अचानक आला;
पाण्याच्या खालून याला
नुपुराचा छंद बिलगला...

भिक्षेत राणिच्या आता
निवडुंग कोवळा वाढा;
युद्धात संपली भूमी
ह्रदयातच याला गाडा!

दुःख

घन जमतिल तेव्हा जमतिल
मोकळे केस तू सोड;
परसात तुझ्या तरि काय
निष्पर्ण सुरूचे खोड

पाऊसपाखरे जेव्हा
देशांतर करुनी येतिल;
मग असे सुखाचे सजणे
मेंदूहुन रंगीत खोल...

आटल्या नदीच्या पात्री
हा उभा एकटा बगळा;
घन करुणाघन होताना
वाळूचा भांग कपाळा...

मृगजळी ऊन स्वप्नांचे
हे कलते कलते पसरे;
पेशींचे तोवरि माझ्या
तू माळ वाळले गजरे...

घन जमतिल तेव्हा जमतिल
वाऱ्याचे अलगुज खोटे;
हे दुःख मिठीचे तोवर
हाडांना घेउन पेटे.

मोर

घनकंप
मयूरा!
तुला इशारा
खोल पिसारा
प्राण आडवा पडे
तू वळशिल माझ्याकडे?

घनसंथ
मयूरा!
धूळ दरारा
कुठे पुकारा
तीक्ष्ण नखांची दीप्ती
गीतांतुन गळते माती...

घननीळ
मयूरा!
रंग फकिरा
तुला पहारा?
कातडे वाळत्या वेळी
ते भीषण ऊन कपाळी.

वनदंग
मयूरा!
नको शहारा
हलका वारा
बिंदीत चंद्र थरथरते
ती वस्त्र कुठे पालटते...

सूर्यास्ताचे पाणी

इथे गंगेपाशी गगन झुकले मंद हसले
अशा शांतापाशी विहग माझे वाट चुकले
पिसे त्यांची गळली सलिलभ्रम खोल उरतो
असा सूर्यास्ताने प्रहर इथला शिल्प बनतो...

नभांगी मेंदीचे चरण धरले मीच सखये
हिमानी गात्रांचे नुपुर तुटले नाद तरि ये
उदासी अभिरामा, समिर जल स्निग्ध करतो
असा सूर्यास्ताने प्रहर इथला शिल्प बनतो...

निघाल्या बिंबांच्या या तरल हळव्या रंगवेली
कुणी रे केली माझी अभय करुणा आज ओली?
अरण्ये प्राणांच्या कुशित दडता छंद झरतो
असा सूर्यास्ताने प्रहर इथला शिल्प बनतो...

सखे गंगे माझे विजनव्याकुळ दु:ख मानी
कुठे सरते अंती घनचकित हे शांत पाणी?
मला ऐकू ये सनई मधुर अंधार दिसतो
असा सूर्यास्ताने प्रहर इथला शिल्प बनतो...

फुलपाखरे

गवतावरची ओंजळभर फुलपाखरे
इकडून तिकडे टाकता येतात.
क्वचित सुखावणारी वाऱ्याची डोंगरशीळ
आली तर नक्की संध्याकाळ झालेली असते.
समोरच्या पितळी खांबात कशाचेही
प्रतिबिंब पडते;
आत्ता सनई सोडूनच्या देवळाचे.

कथेची एक आठवण माझ्या फार जिव्हारी
लागून राहिलीय.
कथाही कित्ती मोकळ्या असतात! नाही?
पाणी शिंपडलेली खूपखूपशी जाईची फुले
अलगद उचलून ठेवावीत उशीवर;
थोडी उरली तर वेशीवर.
कथेतील पात्र संकटात सापडले म्हणून
धारांनी रडणारी बाई आठवते मला.

संध्याकाळ. फुलपाखरे. गवताचे अस्वस्थ
आविर्भाव. एकत्र जमून आलेल्या लहरींचे
सूक्ष्म रूप. पितळी खांबांत दडलेल्या
रांगोळीच्या वेली. नि:संदिग्ध अक्षरांचे
खाली वाकून पाहणे; सगळ्या गवताचीच
फुलपाखरे होऊन जाणे...

भूमीच्या संबंधीचा तर नसेल ना आपपरभाव?
ऋतू प्राप्त झालेल्या जोगिणीचा स्वभाव?
आठवून आठवून विटलेला संग इथे
सुटतो, तिथे तुटतो — डोंगरात जमलेल्या काळोखासारखी
पायाशी आलेली फुलपाखरे;
गवत वाढले शरीरावर की आपोआपच
माझाही पालटेल रंग?

चंद्रमाधवीच्या तीन कविता : ३

मंद टाक पाउले नि शीळ घाली लीलया
चंद्रबिंब झरतसे हिमार्त माळरानी या...
सजून दूर दूरची उदास भग्न मंदिरे नि
कंप जेथला तिथे कशास येथ कापरे?
रंग आटल्या नदीत शुभ्र गार चांदणे;
क्षितीज भव्य एकटे मला तुलाच राखणे!
भोवती उभी गडे विराण थंड सावली
स्मृती अशी कलंडता न धावली न थांबली...
शीळ तोडता तुझी तुझेच कंठ दाटले नि
राम चालला जणू असे शिळेस वाटले...
एकटेच फूल तेही ओंजळीस ये रुजू नि
दु:ख एवढे मला कशास आणखी सजू
केस मोकळे तरी समीरगंध वावरी,
नाचते जशी जळात चंद्रकंच मोगरी...

१९०   चंद्रमाधवीचे प्रदेश

*And when my voice is
silent in death, my song will
speak in your living heart.*

RABINDRANATH TAGORE

चंद्रमाधवीचे प्रदेश

१९१

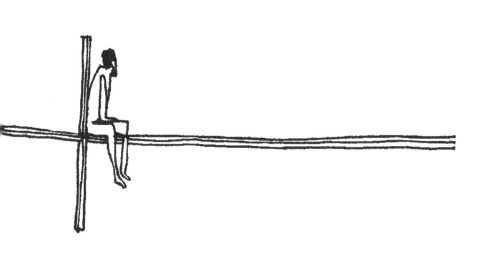

धर्मांतराच्या प्रार्थना

धर्मांतराच्या दिवशी मुसळधार पाऊस येईल
म्हणून आदिवासी स्त्रीसारखा
वाट पाहत राहिलो; संस्कारबद्ध मंत्रांच्या
आत्मिक आघाताने डोळे मात्र भरून येत होते.
हळदफेडणीच्या व्रतस्थ वल्कलांसारखेही हे
दिवस असतील, कुणी सांगावे?
करुणेशिवाय कोमेजून कोमेजून मेलेले
फूलपाखरूही उडून जावे?

वाटले; आज तरी संध्याकाळची प्रार्थना मोडू
नये. गरतीच्या पाखरांना, ढळतीच्या ढगांना
दाखवू नये, पाताळातील समईचे चिमूटभर ऊन.
एखाद्या उद्ध्वस्त देवळाचा पाहावा मिळतो
का आदिम प्रस्तर; आतड्याला टाचलेल्या
टिपणाला खरंच का लागते रक्ताची धार?

कधीपासून तेही आठवत नाही आता!
पेशी पारदर्शी झाल्या होत्या का? तीरावरच्या
हाका धर्मशाळेमध्ये पोचल्या होत्या का?
कारणाशिवाय रडू येते त्या कमळांचे तरी
तळे आटले होते काय? एक स्तन वेगाने
वाढतो म्हणून पहिल्याच्या नावाने जीव देणाऱ्या
सटवीचे दिवस भरले होते का?

माजघरातील रामरक्षेच्या विषण्ण उजेडासारखे
दिवस निघून गेलेत.
तीन साजणी कोकिळा, उचकी लागल्यासारख्या
पायावर प्राण सोडून गेल्या;
मरणपारावर अंगाईची वाट पाहत या
बाळगीतांचे तळवे झिजून गेलेत.
गुडघ्यांत मान घालून बसताच फार जुने
आठवून गेले.

अख्खी रात्र घरात, शहरात शोधत राहिलो
एक हरवलेली प्रार्थना. सापडेच ना. आणि
मग रडवेला होऊन नाइलाजाने त्याचे थडगे
खणून काढले. उशीत शब्द घेऊन निजला
होता तो. हलकेच वळविले त्याला; तिथे
शब्द होते:

चोट लगने को तो लगती है जिगर पर यक्साँ
जर्फ के फर्क से आवाज बदल जाती है !

भीषण रत्नभासांच्या योगाने पाखरांची नदी
सावल्यांच्या आडोशाला येऊन उभी राहिली.
हिवाळी दैवनाट्याने गोंधळलेला एकुलता एक
घोडा तिळातिळाने सजवीत गेला आपले
कठिणतम शोक. या शहराची रसद मी
तोडून टाकीन; समुद्रबेटावर दिवस मोजणाऱ्या
वृद्ध फकिराला धाडून देऊन शेवटचे अन्नपाणी.
मला आठवते, पृथ्वीभाराने वाकलेली, सूर्यभाराने
थकलेली ती मानिनी तडफडून तडफडून शाप
देत गेली: कळवळून कळवळून प्रार्थना
करायला शिकलो मी तेव्हापासून.

गर्भ पिकल्यावर शेवटच्या दिवसांत
पायांवर सूज आली तर जोडवी काढू नयेत;
पायाची बोटे तोडून टाकावी म्हणतात.
आणि चुकून संध्याकाळी जिवलगाच्या
मृत्यूची बातमी आली तर कुणालाही सांगू नये—
चोचींनी टिपलेले दाणे फेकून द्यावे म्हणतात.

चर्चमध्ये पोचलो तेव्हा सर्व बाजूंनी रात्र झाली होती!
राणीच्या मृत्यूची बातमी आणणाऱ्या
सेवकासारखे माझे ओठ थरथरत होते;
शिल्पकाराचा हृदयभंग व्हावा तसे तडकत होते
माझे प्राचीन शरीर;
तिला त्यांनी जांभळ्या संगमरवराखाली मोठ्या
शिताफीने पुरून टाकले. प्रियकराला पहिल्याच
भेटीत सृजनाचे फळ मागत होती ती...
रहीम पाठमोरा बसला होता—
हातांतील साखळदंडांना दिव्याभासात रुतवून
तो ओरडला:

       ओ महंमद, द प्रॉफेट ऑफ गॉड, दीज आर दी
       मीन-माइंडेड फेलोज, अंडर हूम यू वॉन्ट अस,
       युवर फेथफुल फॉलोअर्स टु बी कॅपटिव्हज् ...

वेळ थोडा उरला होता; पहाट होण्यापूर्वी मला
राजधानीत पोचायचे होते; एक निरोप माझ्याजवळ
होता: 'जगताना तो दमला, आता त्याचे मरण तरी
शिणवू नकोस रे!'

अतिशय कोवळे आहेत माझे हात.
(नाताळात पियानोची दुरुस्ती मीच करतो.)
मला गर्भवतीच्या डोळ्यांत काजळ भरून
देता येते; वेणीवरचा ताजा गजरा आवाजात
कुस्करून परतीचे सूरही लावता येतात.
सर्वांग पाऱ्याने मढवून याराचा यशस्वी वध
करण्याचा मंत्र कानात गुणगुणता येतो...
कधी कधी अनुवंश हरवलेल्यांच्या अनाथ
प्रार्थनांचे शब्दही मांडता येतात.

विस्मृतीच्या गंधारझडीत कुठल्या युगाचा देखावा
फाडून माझी विधवा गुणगुणत असेल सामूहिक
मृत्यूचे व्याकुळ गीत?
तू तडफडत मर, मी झुरत मरेन.
हाडांचे तुकडे मांडून बसलेल्या दैत्याला ठाऊकच
नसावी का यापेक्षा जिव्हाळ्याची वेगळी रीत?
आवाज लांबून येताच मध्येच तुटून पडतो;
अशा वेळी मला आठवतो उघड्या पाठीवर
गोंदलेला एक उखाणा:

काळ्या नदीच्या पाण्यावर
चांदीचे घडे
हडळीच्या चित्तेवर
सतीचे डोळे
स्मशानात वाजतात
कुणाचे चुडे?
आभाळाला एक उत्स्फूर्त चरा देऊन ती
म्हणाली : दोघींचेही वाजतात!

अरण्य फार मागे पडले आहे हे पाहून
झऱ्यातील पाणी पिण्यासाठी मी
ओंजळभर वाकलो;
आणि कोणत्या अनोख्या बीजपेरणीची झाडे
भोवती कडे घालून गेलीत कळलेच नाही;
बंदिस्त शाखांच्या झरोक्यांतून पाहिले,
तेव्हा घाईघाईने आपल्या आत्महत्येच्या
छापील प्रती प्रत्येक घरात तो टाकताना
दिसला. पहाटेच हुतात्मा होण्यासाठी
त्याला वधस्तंभावर जायचे होते...

या आख्यानक कवितेचा निश्चितपणे पाठलाग
होतोय; कदाचित कुठल्याही दिशेने तिच्यावर
गोळीबार होईल; तोंडाला फेस येईपर्यंत
धावत सुटलोय मी.
काटपाडी, चंद्रहिल, नंदीघाट, सत्त्वशीला, वेणुगुंफा मागे पडले.
अचानक मळभ आल्यासारखे वाटले तेव्हा
तिचे शब्द आठवले:
"साऊल पडले!"
मी मठात शिरलो. उत्तरा प्रार्थना म्हणत
होती—नाहीऽऽनाहीऽऽप्रार्थनांच्या
वेषांतरात तिने जळलेल्या गर्भाशयाची
हृदयद्रावक कविता दडवून ठेवली होती:
          वुडकटर, कट् माय शॅडो. डिलिव्हर
          मी फ्रॉम द टॉर्चर ऑफ् बिहोल्डिंग
          मायसेल्फ फ्रूटलेस...

चिंचवनात बगळ्यांनी वसाहती केल्याची
वार्ता कळताच सुमित्रेने चिंचवनाला
आग लावून दिली. शहामृगाच्या
कैवल्यपाशवी मिठीसारखी सर्वांगी निर्मळ
निर्मळ शुभ्र झाली...
आता कणकेचा दिवा माझ्या हातांत आहे—
घरात शिरलो तर उंदरांचे भय;
अंगणात उभा राहिलो तर
कावळ्यांची भीती...

२००

चंद्रमाधवीचे प्रदेश